குறில் நெடில் அமைதி

தினேஷ்

பொருளடக்கம்

1

அமைதியான அஸ்தமன நேரம் உமாவும் அவளுடைய மகன் நிர்மலும் மாடியில் நடந்துகொண்டும் பேசிக்கொண்டும் சிரித்துக்கொண்டும் மிகவும் மகிழ்ச்சியாக இருந்தார்கள்.... ஆனால் நிர்மலுக்குப் பல குழப்பங்கள்... அவனோ இரண்-டாம் வகுப்பு படிக்கும் ஒரு சிறுவன் தான் ஆனாலும் அவனுக்குள் பல யோசனைகளும், குழப்பங்களும் ஓடிக் கொண்டே இருக்கும், எப்படி நன்றாகப் படிப்பது?, எப்படி நல்ல மதிப்பெண் எடுப்பது? போன்ற கவலைகளால் சூழப்-பட்டவன் தான் நிர்மல். நிர்மலின் முகத்தை உமா சற்று கவனித்தாள், ஆனால் எதுவும் கேட்டுக்கொள்ளவில்லை..... வானத்தையும், பறவைகளையும் பார்த்தாள் உமா.

வானத்தில் சில பறவைகள் எங்குச் செல்வது என்று தெரியாமல் வட்டமிட்டுக் கொண்டிருந்தது, நிர்மல் பறவைக-ளைப் பார்த்துக்கொண்டிருந்தான்.

"பொழுது சாயுது வா டா கிழ போகலாம் பணி வேற" என்றாள் உமா....

தொலைக்காட்சியில் செய்திகள் பார்த்தார்கள், சீரியல் பார்த்தார்கள்....."மா விளம்பரம் மா அதான் சுட்டி டிவி வெச்சேன்."

"எப்போ பாத்தாலும் சுட்டி டிவி, சுட்டி டிவி."

நன்றாகச் சாப்பிட்டார்கள், சிரித்தார்கள் அந்த நாள் இருவருக்கும் அழகாகச் சென்றது.

இரவு பத்து முப்பது போல் இருக்கும் இருவரும் நல்ல தூக்கத்திலிருந்தார்கள்......

நிர்மல், அவனைப்பற்றிச் சொல்ல ஒன்றும் பெரிதாக எதுவும் இல்லை. மிகவும் பயந்த சுபாவம் உடையவன், நன்றாகப் படிக்க வேண்டும் நல்ல மதிப்பெண்களை எடுக்க வேண்டும் என்பது மட்டுமே அவனுடைய குறிக்கோள், லட்சியம், கனவு. ஆனால் அதிக நேரம் செலவிட்டுப் படித்தாலும் குறைந்த மதிப்பெண்களைத் தான் எடுப்பான். எல்லா நேரமும் புத்தகமும் கையையுமாகத் தான் இருப்பான், ஆனால் அவனுடைய மதிப்பெண்கள் அறுவது அல்லது அதற்கும் கூடக் குறையத் தான் இருக்கும். ஹாஸ்டல், வகுப்பறை என்று எல்லா இடங்களிலும் அமைதியாகவே இருப்பான். படிக்கும் மாணவர்கள் சிலருடன் பேசுவானே தவிர அவனுக்கு வேறு எதுவும் தெரியாது. ஆசிரியர்கள் இல்லாத நேரத்திலும் கூட அவன் புத்தகமும் கையையுமாகத் தான் இருப்பான்... எல்லாவற்றையும் வியந்து பார்ப்பான் ..... தயக்கம், பயம்.. அவ்வளவு தான் நிர்மலை பற்றி.

நிர்மலை நேற்று தான் ஹாஸ்டலிலிருந்து விடுமுறைக்காக அழைத்து வந்தாள் உமா.

சாலை கடக்க முயலும்போது உமா மிகவும் தயங்குவாள், ஆனால் நிர்மலுக்கு இந்த விஷயத்தில் பயமில்லை உமாவின் கையைப் பிடித்த இழுத்து செல்லாவான்..

தெருவில்.... "மா.. மா இந்த வீடு மட்டும் எப்படி மா இவ்ளோ பெருசா இருக்கு... அம்மா எனக்குத் தம்பி, தங்கச்சி வேணும் மா.. என் கிளாஸ் பசங்க அவங்க தம்பி, தங்கச்சி ஓட விளையாடுவாங்க மா."

"சரி பா.." என்றாள் உமா, நிர்மலின் கையைக் கெட்டியாக பிடித்துக் கொண்டிருந்தாள் உமா..

"அம்மா.. அம்மா நாம ஹோட்டல்கு போய்ச் சாப்பிடலாம் மா, என் கிளாஸ் பொண்ணு ஜனனி போன வாரம் ஆவ அம்மா அப்பா ஓட ஹோட்டல்ல சாப்பிடலாம் மா என் கிட்டலாம் சொன்னா."

உமாவிற்குச் சற்று முகம் மாரியது "ஒழுங்கா படி மொதல்ல.. என்ன மார்க் எடுக்குற நீ, அவங்க நெலம வேற நம்ம நெலம வேற.."

நிர்மலுக்கு உமா கடைசியாகக் கூறிய வார்த்தைகளைப் புரிந்து கொள்ளக் கடினமாக இருந்தது.. அப்படி என்றால் என்னவென்று தான் யோசித்தது கொண்டிருந்தான். வீட்-டிற்கு வந்து சேரும் வரை கேள்விகளைக் கேட்டு உமாவை நச்சரித்துவிட்டான்.

இரவு பத்து முப்பது போல் இருக்கும் இருவரும் நல்ல தூக்கத்திலிருந்தார்கள்.... சட்டென்று கண்ணாடி உடையும் சத்தம் கேட்டு உமா பயத்துடன் எழுந்தாள், சில நொடி-களுக்குப் பிறகு நிர்மலும் எழுந்தான். உமாவின் வீட்டு ஜன்னல்களை யாரோ அடித்து நொறுக்கினான், வேகமாக எழுந்து லைட் ஆன் செய்தாள் உமா. நிர்மல் மிகவும் பயந்தான், உமாவின் பின் நீந்தான். பதற்றத்துடன் கதவைத் திறந்தாள் உமா...... நிர்மலின் தந்தை சிவன் ஜன்னல்களை அடித்து நொறுக்கிக்கொண்டிருந்தான், போதையில் என்ன செய்கிறோம் என்று கூட அவனுக்குத் தெரியவில்லை.

"த**** முண்ட வா டி வெளியே" மிகவும் ஆக்ரோஷ-மாக இருந்தது சிவனின் குரல். அடுத்த ஜன்னலை உடைத்-தான். சிவன் கையில் இருக்கும் கட்டையை எடுக்கச் சென்-றாள் உமா.

"எதுக்குப் பா இப்படிப் பண்ற" அவன் கையைப் பிடித்துக் கெஞ்ச ஆரம்பித்தாள் உமா. உமா அழுவதைப் பார்த்ததும் நிர்மலுக்கும் அழுகை வந்துவிட்டது. சிவனை நிர்மல் இதற்கு முன்பு எப்போது பார்த்தான் என்று கூட அவனுக்-குச் சரியாகத் தெரியாது.

எதையும் கண்டுகொள்ளாத சிவன் வீட்டின் அடுத்தப்பக்க ஜன்னல்களை உடைத்தான். அவனைத் தடுக்க முயற்சி செய்தாள் உமா ... கெஞ்சி அழுதாள்.

சத்தத்தைக் கேட்டு எதிர் வீட்டில் இருப்பவர்கள் வெளியே வந்தார்கள் "லைட் ஆன் பண்ணு என்ன சத்தம் எதிர் வீட்ல."

சிவன் செய்து கொண்டிருக்கும் அராஜகத்தைப் பார்த்-தார்கள், நிர்மலையும் உமாவையும் பார்த்தார்கள். எல்லா

ஜன்னல்களையும் அடித்து நொறுக்.... சிவன், எதிர்த்து வீட்-டார்களைச் சில நொடிகள் பார்த்தான். அவர்களை மிகவும் கொச்சையாகப் பேசினான். அவர்கள் பயந்து லைட் ஆப் செய்து உள்ளே சென்றார்கள்.

"குடிகார தேவடியாப்பையன், போதையில நம்மல அடிக்க வரான் " என்றார் எதிர்த்துவிட்டார்.

அவர்கள் மறைமுகமாகப் பார்த்துக்கொண்டிருப்பது உமா-விற்கு மிகவும் அவமானமாக இருந்தது. அதே இடத்தில் உட்கார்ந்து அழத் தொடங்கினாள். அதைப்பார்த்த நிர்மலும் தேம்பித் தேம்பி அழுதான்.

"அம்மா அழாத மா, அழாத மா" மீண்டும் மீண்டும்......
"....ய்" என்றான் சிவன்..
"எதுக்குப் பா இப்படிப் பண்ற நீ, பையன் அழுறான் பார் பாழப்போனா குடிய தான் விடேன் பா" என்று கெஞ்சினாள் உமா.

மிச்ச சொச்சமிருக்கும் கண்ணாடியை உடைத்தான் சிவன். கண்ணாடி உடைந்து வீட்டிற்குள் சிதறியது, உள்ளே உட்கார்ந்து அழுத்துக் கொண்டிருந்த நிர்மலின் அருகே சில சில்லிகள் வந்து விழுந்தது.

சிவனைத் திட்ட ஆரம்பித்தாள் உமா. எல்லாவற்றையும் உடைத்து விட்டு வெளியே இருக்கும் ஒரு பழைய இரும்பு கட்டிலில் படுத்தான் சிவன். அவனை விடாமல் திட்டி கொண்டிருந்தாள், போதையில் ஏதேதோ உளறிக்கொண்டி-ருந்தான். கூடா நட்பின் விளைவே இன்று அவனுடைய இந்த நிலைக்குக் காரணம்.

நிர்மலுக்குப் பயம் சற்றுக்கூடத் தெளியவில்லை அழுது-கொண்டே இருந்தான், உமா அவனுக்குத் தைரியம் கூறி-னாள் ஆனால் அதைப் புரிந்துகொள்ள நிர்மலுக்குத் தெளி-வில்லை.

"நீ ஏண்டா அழுகுற."
"இங்க எனக்குப் பயமா இருக்கு" மற்றவர்கள் பார்த்து, நடந்த அனைத்தும் அவனுக்கு அவமானமாக இருந்தது ஆனால் அதை எப்படிக் கூறுவது என்று தெரியவில்லை.

"அழாதா டா கண்ண தொட" என்றாள் உமா.

நேரம் பொறுமையாகச் சென்றது, நிர்மல் எழுந்து உள்ளே சென்றான். சிவனின் முகத்தைக் கூட அவன் பார்க்கவில்லை. அக்கம் பக்கத்தினர்களுக்கும் வேடிக்கை பார்க பொறுமையில்லை... உடைந்துகிடந்த கண்ணாடி பாகங்களைப் பொறுக்கியெடுத்தாள் உமா.

வீட்டை நன்றாகக் கூட்டினாள். சோபா, பாய்........ அருகிலிருக்கும் கண்ணாடி சில்லிகளை எடுத்து இடத்தை சுத்தம் செய்தாள். அழுவதை நிறுத்த முயற்சி செய்தாள்.

"வா டா தூங்கு " என்றாள் உமா.

"இல்ல மா..."

"வா நாளைக்கு ஸ்கூலுக்கு போகணும் நமக்குக் கொடுத்து வெச்சது அவ்வளவுதான் வா நீ படு" என்று ஓய்ந்த குரலில் கூறினாள் உமா. இருவரும் சிறிது நேரம் கழித்துத் தான் தூங்கினார்கள். மற்றவர்கள் என்ன நினைப்பார்கள் என்ற யோசனை இருவருக்கும் இருந்தது ஆனால் வெளிக்காட்டிக்கொள்ளவில்லை.

அடுத்த நாள், உடைந்த ஜன்னல் வழியாகச் சூரிய வெளிச்சமும், தூசியும் வீட்டினுள் வந்து கொண்டிருந்தது. நிர்மல் எழுந்ததும் ஜன்னல்களைப் பார்க்கக் கூடாது என்றுதான் நினைத்தான். ஆனால் அவனால் முடியவில்லை கண்களைத் திறந்ததும் ஜன்னல்களைத் தான் பார்த்தான். எழுந்தபிறகு பாயையும், போர்வையும் மடித்து வைத்தான். அருகே ஒரு சிறிய கண்ணாடி சில்லி ஒன்று இருந்தது அதை எடுத்து ஓரமாக வைத்தான். உமா நிர்மலை ஹாஸ்டலிற்கு அனுப்புவதற்கான வேலை...

"டேய் தம்பி வா சீக்கிரம், லேட் ஆயிடுச்சு பாரு இப்ப கிளம்பினா தான் மதியம் போல ஹாஸ்டலுக்குப் போய்ச் சேர முடியும், அப்பதான் நீ நாளைக்கு ஸ்கூலுக்குப் போகக் கரெக்டா இருக்கும் சீக்கிரம் லேட் பண்ணாத" எதுவும் நடக்காதது போல் பேசினாள் உமா.

சிவனால் உமாவிற்குத் தொல்லைகளும், அவமானங்க-ளும் மட்டும்தான் இருந்தது. திருமணமாகி குழந்தை பிறந்த சில மாதங்கள் வரை தான் உமாவுடன் இருந்தான் சிவன். அதற்குப் பிறகு என்ன ஆனான், என்ன செய்வான் என்று யாருக்கும் தெரியாது, கடன் வாங்குவான், குடிப்பான், வீண் சண்டை செய்வான். போதைக்கு மிகவும் அடிமையான நிலையில் தான் அவன் இருந்தான்.

இப்படி அவமானங்களும், தொல்லைகளும் தாங்க முடி-யாமல் உமா சில நாட்களுக்கு முன்பு ஊருக்கு ஒதுக்குப்பு-றமாகக் குறைந்த விலையில் ஒரு வாடகை வீட்டிற்கு வந்-தாள். தன்னுடைய தாயிடம் கூட இந்த விஷயத்தை அவள் கூறவில்லை. புதிய வாழ்க்கை புதிய இடம் என்ற சந்தோ-ஷம் அவள் பேச்சிலேயே தெரிந்தது. சிவன் என்ன வேலை செய்கிறான் எங்கிருக்கிறான் என்று எந்தக் கவலையும் இல்-லாமல் இருந்தாள் உமா.

சிவனை விட்டு இப்படிப் பிரிந்து வாழ்வது எப்படியோ உமாவின் தாயாருக்குத் தெரியவந்தது, பிறகு சிவனின் தாயாருக்கும் மற்ற நெருங்கிய சொந்த பந்தங்களுக்கும் தெரிய வந்தது. சில நாட்களுக்கு பிறகு உமா சற்று அமை-தியடைந்தாள். ஆனால் மற்றவர்களுடன் பேச வேண்டும் என்று எண்ணமே அவளிடம் இல்லை எல்லோரையும் ஒதுக்கி வைத்து விட வேண்டும் என்ற எண்ணம்தான் அவளிடம் இருந்தது. ஆனால் அவளுக்கு ஒரு துணையும் தேவைப்பட்டது.

"அம்மா போன் மா" என்றான் நிர்மல்.

"யாரு டா, எடுத்துப் பேசு" என்றாள் உமா.

"சொந்த வீட்டை விட்டு புட்டு ஏண்டி இப்படி எல்லாம் தனியா வாழ்ற. என்ன தனியாவே இருந்துடலாம்னு முடிவு பண்ணிட்டியா" என்றாள் உமாவின் சகோதரி காவியா.

உமா அமைதியாக இருந்தாள்.

"பிரச்சனை எல்லாம் இருக்கத் தான் டி செய்யும் நீதான் டி விட்டுக் கொடுத்துப் போகணும்" என்று அவளுடைய தாய் சமாதானம் கூறினாள். இந்த முறையும் உமாவிடமி-

ருந்து எந்தப் பதிலும் வரவில்லை. "பேசுடி, பையன் அப்பா இல்லாம கஷ்டப்படுவான் உனக்காகத் தான் சொல்றேன்."

"அப்பாவா, அவர் முகம் கூட இவனுக்கு தெரியாது, இவனுக்குன்னு அந்த ஆ...... என்ன பண்ணி இருக்கான் என்னால முடியல மா, எனக்கு வேற வழி தெரியல" என்றாள் உமா.

"வழி தெரியலன்னு இப்படி எல்லாமா பண்ணுவ, இப்படிப் பண்ணா சரியாகிடுமா" என்றார் தங்கராஜ் மாமா. உமா எந்தப் பதிலும் கூறவில்லை.

"நாங்க இத்தன பேரு பேசிக்கிட்டு இருக்கோம் நீ உன் இஷ்டத்துக்கு அமைதியா இருக்க, சரி உன் வீட்டு அட்ரஸ் சொல்லு நான் வரேன்." என்றாள் உமாவின் சகோதரி காவியா.

"வேண்டாம் காவியா."

"வேண்டாம்னா என்ன டி உமா அர்த்தம் கடைசி வரைக்கும் உன்னால தனியா இருக்க முடியாது உமா" என்றாள் காவியா.

.....

உமா வீட்டுக் கேட் 'ஐ' தங்கராஜ் மாமா தட்டினார். எழுந்து அனைவரையும் பார்த்தாள் உமா. வந்தவர்களை வரவேற்கவில்லை.......... அவர்களைப் பார்த்துக் கொண்டபடியே இருந்தாள். கேட்டை திறந்து எல்லோரும் உள்ளே வந்தார்கள். அவர்கள் முன் அழக்கூடாது என்பதில் வைராக்கியமாக இருந்தாள் உமா. தலை குனிந்து கண்ணீர் சிந்தினாள்.

"மாமா வாங்க, காவியா வா டி, வாங்க அம்மா" என்று எல்லோரையும் வரவேற்றாள்.

உமாவின் உடலிடை குறைந்திருப்பதை தங்கராஜ் மாமா கவனித்தார். எல்லோரும் ஒன்றின் பின் ஒன்றாக உமா-விற்குத் தைரியம் கூறினார்கள். மனிதர்களின் வருகையும் ஆறுதல் பேச்சும் அவளுக்கு வாழ்க்கை மீது நம்பிக்கை தரும் என்று சொந்த பந்தங்கள் எதிர்பார்த்தார்கள். ஆனால் அவளோ வழி தெரியாமல் நின்று கொண்டிருந்தாள். இவர்-

கள் கூறும் ஆறுதல் வார்த்தைகள் எதுவும் உமாவிற்கு அமைதியைத் தரவில்லை. தூங்கிக் கொண்டிருந்த நிர்மல் கண்விழித்து வெளியே வந்து எல்லோரையும் பார்த்தான்.

"இது என்னோட வாழ்க்கை இதுல தயவு செஞ்சு நீங்க யாரும் தலையிடாதீங்க, உங்களுக்கு உரிமையும் இல்லை தயவு செய்து என்ன தப்பா நினைச்சுக்காதீங்க." பொதுவாக யாரிடமும் இப்படிக் கோபத்துடன் பேச மாட்டாள். அவள் இப்படிப் பேசியது மற்றவர்களுக்கு அதிர்ச்சியைத் தந்தது. தங்கராஜ் மாமா அவள் மனதளவில் பாதிக்கப்பட்டுள்ளாள் என்று தெரிந்துகொண்டார். தன் மீது தவறே இல்லையென்-றாலும் மன்னிப்பு கேட்டு எல்லோரிடமும் அன்பாக இருக்க வேண்டும் என்பதே உமாவின் எண்ணம். அவள் காவியாவி-டமும் கோபம் கொண்டாள், இது அனைத்தும் அவர்களுக்கு வியப்பாக இருந்தது. வந்தவர்களின் நோக்கம் சிவனையும் உமாவையும் சேர்த்து வைப்பது தான். அதற்கான முன்னேற்-பாடுகள் அனைத்தையும் செய்து விட்டுத் தான் வந்திருக்-கிறார்கள். சிவனிற்குப் போன் அடித்தார் தங்கராஜ் மாமா. "உடனே இங்க வா பா ஆவ ரொம்ப வருத்தமா இருக்கா இனிமேலாவது, சரி வா இங்க எல்லாத்தையும் பேசிக்கலாம் நீ வா."

கேட்டை திறந்து உள்ளே வந்தான் சிவன். தயக்கத்துடன் சிவனை உள்ளே வரச் சொன்னார் தங்கராஜ். மற்ற சிலரும் உள்ளே வரச் சொன்னார்கள். சிவனைப் பார்த்ததும் உமா "ஐயோ" என்று கத்தி அழுதாள், சுவற்றில் அடித்துக் கொண்டாள். "இவன யாரு இங்க வர சொன்னது. அவன வெளியப் போகச் சொல்லுங்க, ஐயோ" என்று கத்தி கூச்ச-லிட்டாள்.

2

"அதுக்குன்னு எத்தனை நாள் தான் இப்படியே இருப்ப நாங்கலாம் அப்பறம் எதுக்கு இருக்கோம்" என்று பதற்றத்துடன் கூறினார் தங்கராஜ்.

"ஏ.. உங்க வேலை என்னவோ அதைப் பாக்க மாட்டீங்களா என் வாழ்க்கையில யாரும் வராதீங்க."

"கோவப்பட்டு எதுவும் வரப்போவதில்ல, அமைதியா இரு உமா " என்றாள் சித்தி.

உமா இப்படிச் சத்தம் போட்டு அழுவது, விரக்தியாகப் பேசுவது நிர்மலுக்குக் குழப்பத்தையும், பயத்தையும் உருவாக்கியது. சிவன் வெளியே நிற்பதைப் பார்த்தும் பார்க்கலாம் உமா வேறு அறைக்குச் சென்று கதவைச் சாத்திக்கொண்டாள். நிர்மலுக்கு வெளியே இருப்பது தான் தன்னுடைய தந்தை என்று சொந்தங்களின் பேச்சை வைத்துத் தான் தெரிந்து கொண்டான். ஆனால் சிவனின் முகத்தைப் பார்க்கக்கூட அவனுக்குத் தைரியமில்லை, அவ்வளவு பதற்றமும் பயமும் அவன் உடம்பிலிருந்தது. கழுத்திற்கு மேல் சிவனை அவன் சரியாகப் பார்க்கக் கூடவில்லை, வேறு அறைக்குச் சென்று நிர்மல் பயத்தில் கதவை சாத்திக் கொண்டான். சிவன் நிர்மலை பார்த்துக் கொண்டிருந்தான்.

திருமணப் படத்தைக் கூட உமா நிர்மலுக்குக் காண்பித்ததில்லை. நிர்மல் எப்போது அதைக் கேட்டாலும் ஏதாவது சொல்லி பேச்சை மாற்றி விடுவாள் உமா.

"சகல உள்ள போய் உமா கிட்ட மன்னிப்பு கேளு."

"வர சொல்லாதீங்க அவன வரச்சொல்லாதீங்க" என்று அழுதுகொண்டே கத்தினாள் உமா.

"எதுக்கு இப்படிச் சொல்ற உமா" என்றாள் காவியா.

"வெளிய வா டி உமா."

"உமா சொல்றதை கேளுமா பையன் வளர ஆரம்பிச்சிட்டான், அவனுக்கு விவரம் தெரிய ஆரம்பிக்குது. நாளைக்கு அவனுக்கு வாழ்க்கைனு ஒன்னு இருக்கு. நீங்களே இப்படி இருந்தா அவனுக்கு வாழ்க்கை மேல என்ன ஆசை வரும் சொல்லு."என்றார் தங்கராஜ்

"விட்டுக்கொடு டி உமா" என்றாள் உமாவின் தங்கை காவியா.

"அவனை உள்ள வர சொல்லாதீங்க. இல்ல, இல்ல" என்று மீண்டும், மீண்டும் கூறினாள் உமா.

"புரிஞ்சிக்கோ உமா" என்றார் தங்கராஜ்.

உமாவிற்கு என்ன பேசுவதென்றே தெரியவில்லை அமைதியாக நின்று கொண்டிருந்தாள். மிகவும் சிரமத்திற்குப் பிறகு சொந்தங்கள் அனைவரும் உமாவைச் சமாதானம் செய்து வைத்தார்கள். ஆனால் உமாவிற்குச் சற்று கூடச் சிவனின் மீது நம்பிக்கையே இல்லை. அடுத்து என்னவெல்லாம் நடக்கவிருக்கிறது என்று உமாவிற்கு நன்றாகத் தெரியும். ஆனாலும் ஏதோ ஒரு நம்பிக்கையுடன் சிவனை ஏற்றுக் கொண்டாள். தங்கராஜ் மாமாவும் சிவனின் சகலையும் வண்டியில் அங்காடித் தெருவை நோக்கிச் சென்று கொண்டிருந்தார்கள்.

"எப்படியோ பா இனிமேல் நல்லது நடந்தா சந்தோஷம்."

"ஆமாங்க" என்றார் தங்கராஜ்.

மதிய சாப்பாட்டிற்கான காய்கறி, மளிகை பொருட்கள் அனைத்தையும் இருவரும் சென்று வாங்கிக் கொண்டு வந்தார்கள். எல்லோரும் ஒன்றாகச் சமைத்துச் சாப்பிட்டுச் சந்தோஷமாக இருந்தார்கள். நிர்மல் சிவனின் முகத்தைப் பார்க்க மிகவும் தயங்கினான். ஒரு நொடிக்கு மேல் சிவனின் முகத்தை நிர்மல் பார்க்கவில்லை. சிவன் அருகே வந்தப்-

போது நிர்மல் பயந்து ஓடினான்.

"டேய் கண்ணா அப்பா டா."

"என்ன சகல இவன் இப்படி இருக்கான்" என்று வருத்-தத்துடன் கூறினான் சிவன்.

"நேரம் எடுக்கும் சகல பொறுமையா இரு இப்படியே இரு, அவனுக்கு உன்னவிட்டா வேற யார் இருக்கா சொல்லு."

சொந்தபந்தங்கள் உமாவிற்கு ஆறுதல் கூறினார்கள். நாட்கள் சென்று விட்டது. வருடங்கள் கடந்தும் உமாவினால் சில விஷயங்களை மறக்க முடியவில்லை. அமைதியாக அமர்ந்திருக்கும் போதெல்லாம் செய்த அந்தத் தவறுதான் அவளுக்கு முதலில் நினைவிற்கு வரும். விலை மாதுவாகச் சென்ற அந்த நாள். எல்லா விலைமாதுகளையும் போல அவளுக்கும் அதே காரணம்தான், பணம். நிர்மலுக்கு அப்-போதுதான் பேச்சே வர ஆரம்பித்தது. அவனுடைய மருத்-துவச் செலவிற்காகப் பணம் தேவைப்பட்டது, சிலர் உதவி-னார்கள் தான் ஆனால் அந்தப் பணம் அவளுக்குச் சற்-றும்.........

அவளுடைய வாழ்க்கையைப் பாழாக்கிய தாயிடம் பணம் கேட்டாள், அவளிடம் இருந்தும் எந்த உதவியும் கிடைக்-கவில்லை. சகோதரி காவியாவிடம் பணம் கேட்டாள், அவளிடமிருந்தும் எந்த உதவியும் வரவில்லை. சிவன் அந்த நேரத்தில் எங்கிருந்தான் என்று கூட உமாவிற்குத் தெரியாது, அவன் இருந்தாலும் எந்த உதவியும் செய்யப் போவதில்லை என்று உமாவிற்கு நன்றாகத் தெரியும்.

அவளுடைய அலமாரியிலிருந்து ஒரு நல்ல புடவையைத் தேடி எடுத்தாள். தொடர்ந்து கண்ணீர் வந்துக்கொண்டே இருந்தது ஆனால் அழவில்லை. அந்த நல்ல புடவையை அணிந்து கொண்டாள். நேரம் இரவு ஒன்பது முப்பது மேல் இருக்கும். நன்றாகத் தலை சீவினாள், மேலோட்டமா கக் கண்களுக்கு மை வைத்துக் கொண்டாள். அவளுடைய கண்கள் அப்படிச் சிவந்திருந்தது. பவுடர் அடித்து பொட்டு வைத்துக் கொண்டாள். கண்ணீர் வரவில்லை, ஆனால்

அழுதுக் கொண்டே இருந்தாள். மேக்கப் கலைய ஆரம்-பித்தது, முகத்தைக் கழுவிக்கொண்டு வந்தாள். எவ்வளவு கஷ்டங்கள் இருந்தாலும் எவ்வளவு நேரம் தான் அழ முடியும். மீண்டும் பவுடர் அடித்துப் பொட்டு வைத்துக் கொண்-டாள், கண்ணாடி முன் நின்று மை வைத்துக் கொண்டாள். ஆனால் அவளுடைய கண்கள் கண்ணாடியைப் பார்க்க-வில்லை.

"அம்மா .." என்று நிர்மல் சத்தமிட்டான்.

எப்படியோ நிர்மலை தூங்க வைத்து விட்டாள். அமை-தியாக எழுந்து சென்று லைட் ஆப் செய்து அருகே பீடிங் பாட்டிலை வைத்தாள். ஜன்னல் வழியாக நிர்மலை பார்த்-தாள். தவறு செய்கிறோம் என்று அவளுக்கு நன்றாகத் தெரியும். ஆனாலும் அவளுக்கு வேறு வழி தெரியவில்லை. இது தவறில்லை என்று ஏதோ மனதிற்குள் பேசிக் கொண்-டாள்.

நேரம், இரவு பத்து முப்பது போல் இருக்கும். சத்தம் வராமல் பொறுமையாகக் கதவைச் சாத்தினாள். நடக்க ஆரம்பித்தாள், தெருவில் யாருமில்லை. யாரவது தன்னைப் பார்க்கிறார்களா என்று திரும்பி பார்த்தாள். யாரவது, ஏதா-வது கேட்டால் பயப்படாமல் எப்படிப் பொய்யைச் சொல்லு-வது என்று யோசித்துக் கொண்டிருந்தாள் உமா. நட்சத்தி-ரங்களின் வெளிச்சத்திலும், தெரு விளக்குகளின் வெளிச்-சத்திலும் நடந்துக் கொண்டிருந்தாள் உமா. உடல் தெரியும் படி புடவையை.........

பிரதான சாலையை வந்தடைந்தாள், ஒரு வேப்ப மரத்-திற்குச் சற்று தள்ளி நின்று கொண்டிருந்தாள், அப்படியே சாலையைப் பார்த்துக் கொண்டிருந்தாள். திடிரென்று வீட்டில் உறங்கிக்கொண்டிருக்கும் நிர்மலின் நினைவு அவளுக்கு வந்தது. தொடர்ந்து வாகனங்கள் சென்று கொண்டிருந்தது, அனைத்தையும் அதே இடத்தில் நின்றபடியே அவள் பார்த்-துக் கொண்டிருந்தாள். யாராவது வரவேண்டும் என்று வேண்டிக் கொண்டிருந்தாள், அதே நேரத்தில் யாரும் வந்து விடக்கூடாது என்றும் வேண்டிக் கொண்டிருந்தாள். யாரா-

வது பணம் மட்டும் கொடுத்து உதவ வேண்டும் என்று வேண்டிக் கொண்டிருந்தாள்.

கார் ஒன்று அவளை நோக்கி பொறுமையாக வந்தது. வருபவனிடம் என்ன பேசுவது என்ன செய்வது என்று யோசித்தாள், ஓடி விடலாமா என்றும் யோசித்தாள், எவ்வளவு பணம் கேட்பது என்றும் யோசித்தாள். அழுது விடக்கூடாது என்பதில் உறுதியாக இருந்தாள். அந்தக் கார் ஒரு நூறு மீட்டர் முன் நீந்தது.

கதவைத் திறந்து ஒருவன் உமாவை நோக்கி தைரியமாக வந்தான். அவனைத் தலை நிமிர்ந்துப் பார்த்தாள் உமா. திடீரென்று பயந்து நடக்க ஆரம்பித்தாள், சில நொடிகளில் வேகமாக நடக்க ஆரம்பித்தாள். அழத் தொடங்கினாள், அவள் அழுவதை இவன் கவனித்து விட்டான். அவளைப் பின்தொடர வேண்டாம் என்று முடிவெடுத்தான். உமா வேகமாக நடந்து கொண்டிருந்தாள்........ சற்றுப் பின் திரும்பிப் பார்த்தாள் யாருமில்லை என்று தெரிந்தவுடன் தான் அவளுக்கு நிம்மதியே வந்தது.

அவளுடைய தெருவிற்கு வந்தாள், அதே தெருவிளக்குகள் மற்றும் நட்சத்திரங்களின் வெளிச்சத்தின் உதவியுடன் நடந்துக் கொண்டிருந்தாள். சத்தம் வராதபடி பொறுமையாகக் கதவைத் திறந்தாள். யாராவது தன்னைக் கவனித்து விடுவார்களோ என்ற கவனம் அவளுக்கு இல்லை. நிர்மலை பார்க்க வேண்டும் என்பது மட்டுமே தான் அவளுடைய எண்ணமாக இருந்தது. சத்தம் வராமல் கதவைப் பொறுமையாக........ லைட் ஆன் செய்தாள். நிர்மல் நன்றாகத் தூங்கிக் கொண்டிருந்தான். அந்த இரவு முழுவதும் உமா ஒரு நொடிக் கூடத் தூங்கவில்லை ஒரே இடத்தில் அப்படியே நிர்மலை பார்த்துக்கொண்டபடியே இருந்தாள்.

நண்பர்கள், மற்றும் சில சொந்தங்கள் மூலமாகப் பணம் சற்றுக் கிடைத்தது. ஆனால் அவர்களிடம் பணம் பெறுவது இவளுக்கு மிகவும் அவமானமாகத் தான் இருந்தது. சிலர் இவளை ஏளனமாகப் பேசினார்கள். ஆனால் அவளுக்கு வேறு வழி தெரியவில்லை பேச்சையும், உதவியையும் வாங்-

கிக் கொண்டாள்.

வேலைக்குப் போவதும், வருவதும் என்று இப்படியே சில நாட்கள் ஓடியது. எவ்வளவுதான் மாட்டைப் போல் வேலை செய்தாலும் சிறிய அளவிற்குக் கூடப் பணத்தைச் சேமிக்க முடியவில்லை. அனைத்தும் நிர்மலுக்கும், அவளுக்குமான மருத்துவச் செலவிற்காகவே சரியாக இருந்தது.

சிவன் எங்கே இருக்கிறான் என்று இன்று வரை உமா- விற்குத் தெரியவில்லை. அதைப் பற்றி அவள் கவலை.... உமாவின் சகோதரி காவியாவிடமிருந்து அழைப்பு வந்தது.

"நீ என் கூடத் தான் இரேன் டி பையன வச்சுக்கிட்டு எதுக்கு மா தனியா இவ்வளவு கஷ்டப்படுற" என்றாள் காவியா.

உமா எந்தப் பதிலும் கூறாமள் சில நொடிகள் அமை- தியாக இருந்தாள் இவள் இப்படிச் செய்வது காவியாவிற்கு மேலும் கோபத்தை உண்டாக்கியது.

"நான் என்ன பாத்துக்குறேன் காவியா நீ எத்தன நாள் என் கூடவே இருக்கப் போற சொல்லு" என்று கூறி சட்- டென்று போன் 'ஐ' வைத்தாள் உமா.

அலமாரியிலிருந்து ஒரு நல்ல புடவையை எடுத்தாள் நன்றாகத் தலை சீவிக், பவுடர் அடித்துக் கொண்டாள், பொட்டு வைத்துக் கொண்டாள், பூ வைத்துக் கொண்டாள், புடவையை அணிந்து கொண்டாள்.

நிர்மலை தூங்க வைத்தாள், பொறுமையாக எழுந்து லைட் ஆஃப் செய்து சத்தம் வராதபடி பொறுமையாகத் கதவை சாத்தினாள். யாராவது பார்க்கிறார்களா என்று அவளுக்குச் சற்றும் கவலையில்லை. தெரு விளக்கு வெளிச்சத்தில் நடந்துகொண்டிருந்தாள். உடல் தெரியும்படி புடவையை.......

அதே பிரதான சாலைக்கு வந்தடைந்தாள், அதே வேப்ப மரத்திற்கு அருகே... வாழ்க்கையின் மேல் இருக்கும் விரக்தி அவளுக்குச் சற்றுத் தைரியத்தைக் கொடுத்தது. ஒவ்வொரு வாகனங்களையும் பார்த்துக் கொண்டிருந்தாள். இந்த முறை அவள் எதையும் வேண்டிக் கொள்ளவில்லை. தான் செய்-

வது முழுக்க முழுக்க அசிங்கமான ஒன்று என்று நம்-
பினாள். கார் ஒன்று அவளை நோக்கி பொறுமையாக
வந்தது. சில நொடிகள் அந்தக் காரை அவள் உற்றுப்
பார்த்தாள். கார் கதவு திறக்கப்பட்டது, குழப்பம் அடைந்தாள்
அந்தக் காரை சில நொடிகள் பார்த்தாள். தைரியத்துடன்
அந்தக் காரை நோக்கிச் சென்றாள்.

கார் உள்ளே சென்றாள். உயரமாக நன்கு வாட்ட சாட்-
டமான ஒரு மனிதன் காரை ஓட்டிக்கொண்டு இருந்தான்
அவன் உமாவிடம் ஏதோ பேச முயற்சித்தான். ஆனால்
உமா எதையும் காதில் வாங்கிக் கொள்ளவில்.....

"எனக்கு இன்னும் கல்யாணம் ஆகல, நா முரளி" என்-
றான்.

ஒரு நல்ல பெரிய ஹோட்டல் அருகே கார் நின்றது.
உமா சுற்றி முற்றிப் பார்த்தாள். ரூம் கதவை திறந்து உள்ளே
சென்றான் முரளி. உமாவும் பின் சென்றாள்.

....

உமா தன்னுடைய புடவையைக் கட்டிக் கொண்டாள்.
அவனின் பையிலிருந்து கத்தையாகப் பணத்தை எடுத்து
வைத்தான். அவ்வளவு பணத்தைப் பார்த்ததும் அவளுக்கு
என்ன செய்வதென்றே தெரியவில்லை. அவமானம், கூச்சம்
என்று எல்லாவற்றையும் உணர்ந்தாள்.

"அங்கேயே விட்டுடுங்க" என்றாள் உமா.

"ம்... சரி" என்றான் முரளி.

உமாவை இறக்கி விட்டான். உமாவிடம் பேச முயற்சி-
தான், ஆனால் உமா அவனைத் திரும்பிக் கூடப் பார்க்க-
வில்லை. கைப்பையைக் கெட்டியாகப் பிடித்துக் கொண்டி-
ருந்தாள்.. பணத்தை எடுத்துப் பார்த்தாள், அழுது கொண்டே
பணத்தை எண்ணினாள்.

தன்னுடைய தெருவிற்கு வந்தாள், பையிலிருந்த
பணத்தை எடுத்து அதை உற்றுப் பார்த்தாள். விரக்தியில்
அதை நடு ரோட்டில் வீசி எறிந்தாள். காகிதங்கள் பரந்து
ஆங்காங்கே விழுந்தது. அதை மிதித்தபடியே நடந்து சென்-
றாள்... அவளால் அழுகையைச் சற்றுக்குக் கூட நிறுத்த

முடியவில்லை. காகிதங்களைத் தாண்டி சென்றாள், ஏதோ யோசித்தாள்............... மீண்டும் பின் வந்து பணத்தை ஒவ்வொன்றாக எடுத்தாள். இதைத் தூரத்திலிருந்து ஒருவர் பார்த்தார்.

சத்தம் வராமல் கதவைத் திறந்தாள் பொறுமையான லைட் ஆன் செய்தாள் நிர்மல் நன்றாகத் தூங்கிக் கொண்-டிருந்தான்.

அமைதியாகத் தரையில் அமர்ந்தாள்.

"என் பேர் முரளி" என்று அவன் கூறியது நினைவிற்கு வந்தது, நடந்த அனைத்தும் அவளைத் தொந்தரவு செய்த-துக்......

3

நாட்கள் சென்றது, ஆனால் உமா சிவனிடம் எதுவும் பேசிக் கொள்ளவில்லை.

"அவன் நம்ம கூடவே இருக்கட்டும், ஹாஸ்டல் எல்லாம் அவனுக்கு வேண்டாம், நான் தான் நல்லா இருக்கேன் இல்ல நம்ம கூடவே வச்சுப் பாத்துக்கலாம்" என்றான் சிவன்.

உமா சிவனை முறைத்தாள், சிவனுக்கு உமாவைத் தலைநிமிர்ந்து பார்க்கக் கூடத் தைரியம் இல்லை.

"அவனோட அப்பா எப்படி இருப்பார்னுகூட அவனுக்குத் தெரியாது அது அப்படியே இருக்கட்டும்" என்று கோபமாகக் கத்தினாள் உமா.

சிவன் எத்தனை முறை இதைப்பற்றிக் கேட்டாலும் உமா-விடமிருந்து வரும் பதில் இது ஒன்றுதான். சொந்தங்கள் கூட நிர்மலை ஹாஸ்டலிலிருந்து அழைத்துவரச் சொல்வார்-கள் ஆனால் இந்த விஷயத்தில் அவள் மிகவும் பிடிவாத-மாக இருந்தாள்.

இப்போதெல்லாம் சிவன் குடிப்பதில்லை வேலைக்குச் செல்கிறான் பணத்தை அனாவசிய செலவு செய்வதில்லை, அப்படியே அதைச் சாமி படத்திற்கு அருகில் வைத்து விடு-வான். இன்று உமாவிற்குத் திருமண நாள். சிவன் உமா-விடம் அன்பாகத் தான் நடந்துக் கொள்கிறான், ஆனால் உமாவிற்கு மனமிறங்கி வருவதற்குச் சற்றும் விருப்பமில்லை. அடுத்து என்ன நடக்கப் போகிறது என்று அவளுக்கு நன்-றாகத் தெரியும்.

இத்தனை நாட்களில் அவள் பல அவமானங்களைச் சந்-
தித்து விட்டாள், எதன் மீதும் அவளுக்கு விருப்பமில்லை,
உண்மையைச் சொல்லப் போனால் நிர்மலின் மீது கூட
அவளுக்கு அவ்வளவு அன்பில்லை. அவனை ஹாஸ்டலில்
சேர்த்ததற்கு அதுவும் ஒரு பெரிய காரணம் என்று கூறலாம்.

சிவனின் தாய் உமா வீட்டிற்கு வந்தாள் ''வாங்க
அத்தை'' என்று வெறுப்புடன் வரவேர்த்தாள்.

''என்னம்மா எப்படி இருக்க.''

''ம்....''

அத்தையை உட்கார கூடச் சொல்லவில்லை, அவளே
தான் தரையில் அமர்ந்தாள்.

''என்னம்மா டல்லா இருக்க'' என்றாள் அத்தை. உமா-
விற்கு அந்த வார்த்தைகளைக் கேட்டதும் அழுகை வருவது
போல் இருந்தது, ஆனால் அழக்கூடாது என்பதில் உறுதி-
யாக இருந்தாள்.

''இல்ல அத்த.''

''பையனை எதுக்கு மா இன்னும் ஹாஸ்டல்லையே
வெச்சிக்கிட்டு இருக்க, அவன் எங்க அம்மா?''

''வேலைக்குப் போய் இருக்காரு.''

''இப்ப எல்லாம் எதுவும் பிரச்சனை இல்ல தானே, என்ன
அத்தையுனு கூடக் கூப்பிட மாட்டியா நீ.''

''நான் காபி போட்டு எடுத்துட்டு வரேன்.''

கேட் திறக்கப்படும் சத்தம் கேட்டது உமாவிற்கு மிகவும்
கோபம் வந்தது. ''வந்துட்டான் பாரு.'' என்றாள் அத்தை.
சிவன் கேட்டை திறக்கும் சத்தத்தை வைத்தே எந்த நிலை-
யில் இருக்கிறான் என்று தெரிந்து கொண்டாள் உமா.
காபி போடுவதை நிறுத்தினாள். சிவன் தடுமாறி நடப்பதைப்
பார்த்து அவனின் தாய் மிகவும் அவமானப் பட்டாள்.

உமாவிற்குக் கண்கள் கலங்கியது இருந்த கொஞ்ச நம்-
பிக்கையும் அவளை விட்டுச் சென்றது. டம்ளர் 'ஐ' கீழே
வைத்து விட்டு வேகமாக வெளியே வந்தாள்.

"தேவடியா பையா, ஏண்டா இப்படி என்ன சாவடிக்கிற." சிவனின் கன்னத்தில் வேகமாக அறைந்தாள் உமா. அத்தையின் முகம் மாறியது. சிவனால் எழுந்து நிற்கக் கூட முடியவில்லை சிவனையும் உமாவையும் அத்தை பார்த்தாள்.

"என்ன மன்னிச்சிடு மா" என்று கூறிவிட்டு அத்தை கிளம்பிச் சென்றாள். உமாவிற்கு அத்தையிடம் மன்னிப்பு கேட்க வேண்டும் என்று தோன்றியது, ஆனால் அவள் மன்னிப்பு கேட்கவில்லை. அத்தை நடந்து செல்வதை அப்படியே நின்று பார்த்துக் கொண்டிருந்தாள், தான் பேசியது தவறில்லை என்பது போல் அவளுக்குத் தோன்றியது.

சிவன் அங்கேயே விழுந்து கிடந்தான் பொறுமையாக உள்ளே சென்று கதவைச் சாத்திக் கொண்டாள். அடுத்த நாள் வரை அவள் கதவைத் திறக்கவில்லை.

உமாவிற்குத் திடீரென்று நிர்மலின் ஞாபகம் வந்தது, அன்று இரவு முரளியுடன் நடந்தது ஞாபகம் வந்தது, திருமண நிகழ்வுகள் ஞாபகம் வந்தது மிகவும் குழப்பமான நிலையில் இருந்தாள் அவள்.

குழப்பத்துடன் கதவை திறந்தாள், சிவன் அங்கில்லை. அதைப்பற்றிக் கவலைப்பட உமாவிற்குச் சற்றுக்கூடத் தெரியம் இல்லை. விடுமுறை என்பதால் நிர்மலை வீட்டிற்கு அழைத்து வந்தாள் உமா. இந்த முறையும் நிர்மல் தன்னுடைய தந்தையைப் பற்றிக் கேட்டான்.

"ஏன் பிரெண்ட்ஸ் எல்லாம் அவங்க அம்மா, அப்பா போட்டோ எல்லாம் எடுத்துட்டு வந்து காமிச்சாங்க அம்மா நம்ம அப்பா போட்டோ கொடுங்க அம்மா."

"ஏய், எத்தனை முறை சொல்லுவேன் போட்டோ எல்லாம் இல்லை" அவனை அடிக்கக் கை ஓங்கினாள்.

வருடங்கள் முன்பே திருமணப் புகைப்படங்களை மற்றும் சிவனின் புகைப்படங்களை எல்லாம் எரித்து விட்டாள் உமா. நிர்மலுக்குத் தந்தையின் முகம் கூடச் சரியாகத் தெரியாது என்பதில் மிகவும் வருத்தம் உள்ளது தான், ஆனால் அதைப் பெரிதாக வெளியே காமித்துக் கொள்ள மாட்டான். நண்பர்களிடம் உமா தன் உழைப்பில் வாங்கிக் கொடுத்த

பொருட்களை எல்லாம் சிவன் வாங்கிக் கொடுத்ததாகப் பொய்க் கூறுவான்.

இந்த முறை உமா நிர்மலை ஹோட்டலுக்கு அழைத்துச் சென்றாள்.

"அடுத்து நாம எங்க போகப் போறோம் தெரியுமா?" என்று கேட்டாள் உமா.

ஹோட்டலையே வியந்து பார்த்துக் கொண்டிருந்தான். அது மிகவும் வசதியானவர்கள் சாப்பிடும் ஹோட்டல். "டேய் உன்ன தான் பா அடுத்து ஏங்கப் போகப் போறோம்னு தெரி-யுமா?" உமா வாட்ச்சை பார்த்தாள்.

"எங்கம்மா போகப் போறோம்?"

"கண்டுபுடிங்க."

"தெரியல."

"தியேட்டர்..... நீ சொல்லுவ இல்ல உன் பிரெண்ட்ஸ் எல்லாம் தியேட்டருக்கு போறாங்கனனு."

"தியேட்டர் ஹா, சினிமா வா" நிர்மலின் முகத்தில் அவ்-வளவு சந்தோஷம். அதைப் பார்த்தது உமாவிற்குச் சற்றுச் சந்தோஷமாக இருந்தது.

"ஆமா டா தியேட்டர் தான்."

"நீஜமா வா அம்மா."

"டைம் அச்சு சீக்கிரமா சாப்பிட்டு முடி."

தியேட்டருக்குள் நுழைந்தவுடன் நிர்மலின் முகத்தில் அவ்வளவு சந்தோஷம். நிர்மலை உமா அப்படி இதற்கு முன்பு பார்த்ததே இல்லை. உமாவின் மனதில் இருக்கும் விரக்தியெல்லாம் அப்படியே குறைந்துவிட்டது. பெரும் சந்-தோஷத்திலிருந்தான் நிர்மல். உமா சினிமாவை விட நிர்-மலை தான் அதிக நேரம் பார்த்தாள். கைத்தட்டி ரசித்-துக்கொண்டிருந்தான் நிர்மல். மகனின் சிரிப்பை பார்ப்பதே ஏதோ ஒரு அதிசயத்தைப் பார்ப்பது போல் இருந்தது. நிர்-மலை ஹாஸ்டலில் சேர்த்ததை நினைத்து அவமானப் பட்-டாள். சுற்றி முற்றி வந்த மற்ற மனிதர்களைப் பார்த்தாள். "அடேயப்பா இத்தனை பேர் எல்லாம் தியேட்டருக்கு வராங்-

களா" என்று அவள் வியந்தாள்.

"சித்தி வீட்டுக்கு வரியா டா நிர்மல்?" என்று கேட்டாள் காவியா.

ஏதுவும் பேசாமல் அமைதியாக இருந்தான் நிர்மல், உமாவை பார்த்தான்.

"நீ உங்க அம்மாவ விட்டுட்டு லாம் வர மாட்ட" என்றாள் காவியா.

"அதெல்லாம் இல்ல சித்தி, அம்மா....."

இரண்டு நாட்களுக்குக் காவியா நீர்மலை தன்னுடைய வீட்டில் வைத்துப் பார்த்துக்கொண்டாள் .

விடுமுறை நாட்கள் முடிந்தது, நிர்மலை ஹாஸ்டலுக்கு அனுப்ப தயார்ப்படுத்திக் கொண்டிருந்தாள்." டேய் எல்லார்-கிட்டயும் அன்பா பேசணும் புரியுதா."

"சரி மா."

'யாருகிட்டயும் விளையாட்டுக்குக் கூடக் கோபப்படக்கூ-டாது சரியா."

"சரி மா."

"நல்லா படி, யாரைப் பாத்தும் பொறாமைப்படாத சரியா."

"சரி மா."

"அடுத்த லீவுக்கு ஹோட்டலுக்கு எல்லாம் போகலாம் சரியா."

"சரி மா" என்று சந்தோசமாகக் கத்தினான்.

"இப்ப மட்டும் வாய் எல்லாம் பல்லு என் பையனுக்கு."

நிர்மலுக்கு அப்பாவை பற்றிக் கேட்கவேண்டும் என்று ஆசையாக இருந்தது ஆனால் உமா கோவப்படுவாள் என்-பதற்காகக் கேட்காமலிருந்தான்.

சிவன் வீட்டு வாசலில் நின்று கொண்டிருந்தான். உமா களைத்துப் போய் இருந்தாள், அவனைப் பார்த்தும் பார்க்-காதபடி கேட்டை திறந்தாள். அவனிடம் சண்டை போடத் தைரியமும் தெம்பும் உமாவிடம் இல்லை, இதை எதிர் வீட்டுக்காரர் கவனித்தார். உமா உள்ளே சென்ற பிறகு சிவனும் உள்ளே சென்றான். அவன் குடித்து இருப்பது போல் இல்லை.

அன்று சொந்தங்கள் கூறிய ஒவ்வொரு வார்த்தையும் உமாவின் தலையில் ஓடிக்கொண்டிருந்தது. கோபம், அவமானம், விரக்தி என்று எல்லா உணர்ச்சிகளுடன் அவள் இருந்தாள், இருந்தும் அவள் விட்டுக்கொடுக்க முயற்சி செய்தாள்.

சிவன் ஏதேதோ பேசி உமாவை மாற்ற நினைத்தான். உமா அடுப்படியிலிருந்து வெளியே வந்து டிவியை ஆன் செய்து சத்தமாக வைத்துவிட்டு மீண்டும் அடுப்படிக்கு சென்றாள்.

சிவனின் தாய் வீட்டுக் கேட் 'ஐ' தட்டினாள். "உமா..."

"அம்மா உள்ள வா மா.." என்றான் சிவன்.

"உமா.." என்றாள் அத்தை.

"அம்மா என்ன அம்மா வெளிய, உள்ள வா மா" சிவனின் முகத்தைப் பார்க்கக்கூடா அவளுக்கு•••••••••••

உமா வெளியே சென்று கேட்டை திறந்தாள். அத்தை ஏன் இப்படி வேற்றாள் போல் நடந்து கொள்கிறாள் என்று உமாவிற்குத் தெரிந்தது. ஆனால் கேட்க மனமில்லை. "என்ன அத்த வெளியே இருந்துகிட்டு உள்ள வரலாம் இல்ல."

"அதெல்லாம் இல்லம்மா."

"என்ன அத்த இந்த நேரம், உக்காருங்க" நாற்காலி இருந்தும் தரையில் அமர்ந்தாள். உமாவிற்கு ஒரு மாதிரியாக இருந்தது. "மேல உக்காருங்க அத்த, ஏன் எடம் தான் இருக்கு இல்ல."

"பரவாயில்லமா" என்று கூறியப்பிறகு சிவனைப் பார்த்தாள்.

"அம்மா நல்லா இருக்கியா அம்மா."

"என்ன ஆச்சு அத்த உடம்பு முடியலையா."

"இல்லமா உன்ன பாக்க தான் வந்தேன்" என்றாள் அத்தை. சிவனைப் பார்க்கத்தான் அவள் வந்திருக்கிறாள் என்று அவளுக்கு நன்றாகத் தெரியும். எதிர் வீட்டில் இருக்கும் அண்ணன் தான் அத்தைக்குப் போன் போட்டு விஷயத்தைக் கூறி இருக்க வேண்டும் என்று உமா யோசித்தாள்.

உமாவின் மேல் எப்போதும் அந்த அண்ணனுக்குத் தனி அக்கறை தான். "எப்பவுமே நீ என் கூடப் பொறந்தவ மாதிரி தான் எதுவா இருந்தாலும் மனசு விட்டு பேசு புரியுதா. மனசுக்குள்ளே எதுவுமே வெச்சிக்காத " என்று எப்போதும் உமாவிடம் அன்பாகப் பேசுவார்.

பாவம் அவரோ வீட்டிற்கு ஒரே பிள்ளை. யாரைப் பார்த்தாலும் அண்ணா, தங்கச்சி என்று ஒட்டிக் கொள்வார். உமாவிற்கு வாழ்க்கை மீதும் மனிதர்கள் மீதும் விரக்தி வந்துவிட்டது என்று அவருக்குத் தெரிய வந்தது, அவர் உமாவிடம் சற்று அக்கறையாக நடந்து கொள்வார். உமாவிற்கும் அவரைச் சற்று பிடிக்கும்.

சில நேரம் அவள் அவரிடம் அவ்வளவாக முகம் கொடுத்துப் பேச மாட்டாள். அதற்குக் காரணம் அவளுக்கு மனிதர்கள் மேல் இருக்கும் விரக்தி தான். இதை அவரும் புரிந்து கொண்டு பக்குவமாக நடந்துகொள்வார்.

உமாவிற்கு அத்தையிடம் மன்னிப்பு கேட்க வேண்டும் என்று தோன்றியது. மன்னிப்பு கேட்க வாய் திறந்தாள், ஆனால் பேச்சை மாற்றி விட்டாள்.

மூவரும் சாப்பிட்டுக் கொண்டிருந்தார்கள். உமா சேனலை மாற்றிக் கொண்டிருந்தாள். யாரும் எதுவும் பேசிக்கொள்ளவில்லை உமா வேகமாகச் சாப்பிட்டு முடித்துவிட்டுத் தட்டை எடுத்துக்கொண்டு சமையலறைக்குச் சென்றாள். சிவன் சாப்பாட்டைப் பாதியிலேயே நிறுத்திவிட்டு வெளியே சென்று வேஷ்டியை விளக்கி உள்ளே இருந்து ஒரு பாட்டிலை எடுத்து வேகமாக மடமடவென்று குடித்தான். பிறகு எதுவும் தெரியாதது போல் உள்ளே வந்து அமர்ந்தான். உமா உள்ளே பாத்திரங்களை எல்லாம் கழுவி கொண்டிருந்தாள்.

தாய்க்கு விஷயம் தெரிய வந்தது, உமா விற்கும் வாடை அடித்தது. சமையலறையிலிருந்து வெளியே வேகமாக வந்து சிவனின் தாயை முறைத்தாள் உமா.

இதைச் சிவனும் கவனித்தான்.

"தேவடியா முண்ட, என்ன டி எங்க அம்மா 'வ' மொறைக்குற."

"டேய்" என்றாள் தாய்.

"அடிங்க வாய மூடு டி நீ."

தட்டை எடுத்து உமாவின் தலையில் அடித்தான் உமா அசையாமல் அடியை வாங்கிக் கொண்டாள்.

"ஆம்பள நான் குடிக்கத் தான் டி செய்வான்."

தாய்க்குப் பதற்றம் அதிகமாகியது போதையில் உமாவை-யும், தாயையும் விடாமல் திட்டிக் கொண்டிருந்தான். அன்று சொந்தங்கள் கூறிய அனைத்தும் உமாவிற்கு நினைவிற்கு வந்து சென்றது.

மீண்டும் உமாவைத் தட்டினால் அடித்தான். "என்ன டி அப்படியே நிக்குற." போதை தலைக்கேறியது.

"தேவடியா பைய, எத்தனை வாட்டி சொன்னாலும் திருந்த மாட்டியா இப்படி என்ன சாகடிக்கிற. ஏண்டா இப்படிப் பண்ற, கல்யாணம் பண்ணி ஏன் என் வாழ்க்-கையைக் கெடுத்த, ஒரு பையனை வேற வெச்சிக்கிட்டு" சிவனை எவ்வளவு வேகமாக அறைய முடியுமோ அவ்வளவு வேகமாக அறைந்தாள் உமா.போதை தலைக்கேறி-யது•••••••••••

"ஏய்.." உமாவின் தலை வேகமாக வீங்கி விட்டது அத்-தையின் முகத்தைப் பார்த்து அவமானம் பட்டாள்.

"என்ன மன்னிச்சிடுங்க அத்த" என்று தொடர்ந்து அவளிடம் கூறினாள்.

"அத்த வாங்க, அந்த ரூம்ல இவன போடுவோம்."

"எதுக்கு மா" என்று பயத்துடன் கேட்டாள் அத்தை.

"சாப்பாடு தண்ணி எல்லாம் அங்க தான்,சொன்னதைச் செய்ங்க இவன் குடிய நிப்பாட்டுற வரைக்கும் எல்லாம் அங்க தான்."

"உமா அதெல்லாம் வேண்டாம்."

"எந்திரிங்க, சொன்னதச் செய்யுங்க." அத்தை எழுத்து வந்தாள், அவளிடம் அழுவதற்குத் தெம்பில்லை சிவனின் கால்களைப் பிடித்தாள், உமா சிவனின் கையைப் பிடித்துப் பொறுமையாக இழுத்துச் சென்று ....

"என்னமா?"

"என்ன அத்தை பண்றது இப்படியேவா விட்டுறது."

அத்தைக்கு இதில் சற்றும் உடன்பாடு இல்லை வெளியே வந்து அந்த அறைக்குத் தாப்பாள்....... சிவன் போதையில் ஏதேதோ உளறிக் கொண்டிருந்தான். "அம்மா இதெல்லாம் நமக்குத் தேவையில்லாததுமா" என்றாள் அத்தை.

சிவன் சாப்பிட்ட அனைத்தையும் வாந்தி எடுத்தான் போதையில் உளறிக் கொண்டிருந்தான். அடுத்த நாள் விடி-யற்காலையிலேயே உமா சமையல் வேலைகளை முடித்து விட்டாள். சிவன் இருக்கும் அறையின் கதவைப் பொறு-மையாகத் திறந்து சாப்பாட்டையும் தண்ணீரையும் உள்ளே வைத்துவிட்டு வேலைக்குச் செல்ல தயாராகி......

"இப்ப களம்புறேன் அத்த."

"அம்மா" என்று தொண்டை அடைத்துப் போய் அத்தை இவளை கூப்பிட்டாள்.

" இப்ப என்ன பண்ண சொல்றீங்க..." கோவமாக வேலைக்குக் கிளம்பினாள், அத்தைக்குக் குழப்பமும், பயமும் இருந்தது.

"இப்ப என்ன செய்றது ஐயோ" என்று பயத்தில் புலம்பிக் கொண்டிருந்தாள் அத்தை. சிவனிற்குப் பொறுமையாகப் போதை தெளிந்தது. தான் எடுத்த வாந்திதியின் மீதே படுத்-துக் கிடந்தான். பொறுமையாக எழுந்து கதவைத் தட்டி-னான்.

"உமா........ உமா........." சிவனின் தாய் எழுத்து கதவ-ருகே சென்றாள். "ஏய் உமா.." சிவன்.

"உமா இல்ல..."

'மா, மா என்ன மா இது."

"நீ கொஞ்ச நாளைக்கு இப்படியே இரு பா."

"ஏன், ஏய்."

கதவை வேகமாகத் தட்டினான் "அம்மா கதவ தொறந்து விடு."

அக்கம் பக்கத்தினர்களுக்குச் சத்தம் கேட்-டது...........பாக்கெட்டில் இருந்து போனை எடுத்து உமா-விற்கு அடித்தான் சிவன், உமா கட் செய்தாள். மீண்டும் போன் அடித்தான். இரண்டாவது ரிங்கில் கட் செய்தாள் உமா.

"அம்மா கதவத் தொறந்து விடு மா" என்று கத்தினான் சிவன்.

"முடியாது பா."

"வெளிய வந்தா உன்ன சாவடிச்சிடுவேன் அம்மா" என்-றான் சிவன். நேரம் கழித்து மீண்டும் உமாவிற்கு ஃபோன் அடித்தான். அவள் ஃபோனை சுவிட்ச் ஆப் செய்தாள்.

சிவன் ஆக்ரோஷமாகக் கத்தினான் தாய் பயத்தில் அழ ஆரம்பித்தாள்.

"ஐயோ உமா" உள்ளே இருக்கும் பொருட்களை எல்லாம் தூக்கிப் போட்டு உடைத்தான்.....பயத்தில் படபடத்தாள் சிவனின் தாய்.

4

உமா வேலையை முடித்துவிட்டு வீட்டிற்கு வந்துகொண்டி-
ருந்தாள், போன் ஐ சுவிட்ச் ஆன் செய்தாள்....

வீட்டுக் கேட் ஐ திறந்தாள், அத்தை பதட்டமாக
வெளியே வந்தாள்.

"இரு மா."

"என்ன அத்த?"

"உள்ள பொருள் எல்லாம் தூக்கிப் போட்டுப் பிரச்சனை
பண்ணுறான் அம்மா கத்துறான் எனக்கு ரொம்ப பயமா
இருக்கு."

உமா எதுவும் பதில் கூறவில்லை தலை குனிந்து ஏதோ
யோசித்துக் கொண்டிருந்தாள். "ஏதாவது பதில் சொல்லுமா"
என்று சத்தமிட்டாள் அத்தை.

எத்தனை நாட்கள் முடியுமோ அத்தனை நாட்கள் வரை
சிவனை வீட்டிற்குள்ளேயே அடைத்து வைத்துக் குடிக்க
விடாமல் செய்து திருத்திவிடலாம் என்ற எண்ணத்தில் தான்
உமா இந்த முடிவை எடுத்தாள். ஆனால் இந்த முடிவு
கண்டிப்பாக ஏதாவது ஆபத்தில் கொண்டு செல்லும் என்று
அத்தை பயந்தாள்.

"இப்ப நான் என்ன அத்த சொல்லணும்?"

"பயமா இருக்குமா உள்ள போகலாம் முதல்ல, உமா
அவன் எக்கேடோவது கெட்டுப் போகட்டுமா நமக்கு இதெல்-
லாம் தேவையில்லாத வேலை."

"ஏய் கதவை தர டி என்று கத்தினான் சிவன்." உமா-வின் பேச்சுச் சத்தத்தைக் கேட்டதும் உமாவைத் திட்ட ஆரம்பித்தான் கோபத்தில் கத்திக் கொண்டிருந்தான்.

சிவனின் சத்தம் வெளியே கேட்டுவிடக் கூடாது என்ப-தற்காக டிவியைச் சத்தமாக வைத்தாள், இரவு உணவு தயார் படுத்திக் கொண்டிருந்தாள். அத்தை பொறுமையாக உமா அருகே வந்தாள். டிவியின் சத்தம் அத்தைக்குத் தலைவ-லியை உண்டாக்கியது.

"இன்னும் எத்தனை நாளைக்கும்மா இதெல்லாம்."

"கேக்கல சத்தமா பேசுங்க அத்த." டிவியின் சத்தம் அதிகமாக இருந்தது.

"எத்தனை நாளைக்கு அம்மா இப்படியே பண்ணிக்கிட்டு இருக்க முடியும் சொல்லு நீ."

"எனக்கு வேற வழி தெரியல அத்த, நீங்க என்ன பண்-றதுன்னு சொல்லுங்க" என்று சட்டென்று கத்தினாள் உமா. அத்தையிடமிருந்து எந்தப் பதிலும் வரவில்லை.

"பதில் எதுவும் உங்க கிட்ட இல்ல ல."

சிவன் மீண்டும் சத்தமிட ஆரம்பித்தான், பொருட்களைச் சேதம் செய்ய ஆரம்பித்தான், உமாவையும் அவன் தாயை-யும் திட்டிக் கொண்டிருந்தான், தொண்டை தண்ணீர் வற்றும் வரை கத்தினான். நள்ளிரவு நேரத்தில் சத்தம் வராதபடி கதவைத் திறந்து சப்பட்டை சிவனிற்கு வைத்து விடுவாள் உமா.

அப்படியே ஐந்தாறு நாட்கள் சென்றது, உமா வீட்டில் எப்போதும் டிவியின் சத்தம் அதிகமாகத் தான் இருக்கும். சிவனும் சத்தம் போட்டுக் கொண்டே தான் இருப்பான். அக்கம் பக்கத்தினர்கள் யாராவது குறை சொன்னாலும் அதைக் கண்டுகொள்ளாமல் உதாசினம் செய்வாள்.

இரவு உமாவும் அத்தையும் சாப்பிட்டுக் கொண்டிருந்தார்-கள், சிவன் கதவைத் தொடர்ந்து தட்டிக் கொண்டிருந்தான். உமா எழுந்து பொறுமையாகக் கதவருகே சென்றாள்.

"உமா நீ எதுக்கு இப்ப அங்க போற?"

மீண்டும் கதவைத் தட்டினான். "உமா என்னால குடிக்-கமா இருக்கு முடியல உமா, ஒரே முறை உமா இனிமே குடிக்க மாட்டேன் செத்துப் போய்டுவேன் போல இருக்கு உமா" என்று ஓய்ந்த குரலில் கூறினான் சிவன்.

அத்தை எழுத்து கதவருகே வந்தாள். "எல்லாமே உன் நல்லதுக்குத் தானே அப்பா" என்றாள் சிவனின் தாய். சிவன் பதில் எதுவும் பேசாமல் அமைதியாக இருந்தான் வெகு நேரமாகியும் எந்தச் சத்தமும் வரவில்லை.... சிவனின் தாய் கதவை திறக்கச் சென்றாள்.

"அத்த.............." என்று சததத்துடன் எழுந்தாள் உமா.

"இல்ல மா உள்ள ரொம்ப நேரமா எந்தச் சத்தமும்கா-ணோம் அதான்."

"உங்க வேலை என்னவோ அத பாருங்க."

சிவன் மனதிற்குள் ஒரு திட்டம் போட்டு வைத்திருந்-தான், அத்தை சாவி போடு நுழைவு வழியாகச் சிவனைத் தேடினாள்.

"எங்க அம்மா அவன்?"

பயத்தில் சிவனின் தாய் கதவைத் திறக்க சென்றாள். உமா அவளின் கையைத் தட்டி விட்டாள். "இப்ப எதுக்கு அத்தை கதவைத் திறக்க போறீங்க?" என்று ஆக்ரோஷ-மாகக் கேட்டாள் உமா.

"இல்ல மா."

"என்ன இல்ல அவரு தேவையில்லாம சீன் போடுறாரு, என்ன ஏதாவது பேச வைக்காதீங்க."

"உமா எனக்குப் பயமா இருக்குமா."

"ஐயோ அத்தை எனக்கு ஒவ்வொரு நாளும் பயமா இருக்கு, நிம்மதியா சாப்பிட முடியல, தூங்க முடியல, உங்கள விட நான் தான் நிறைய பயப்படுறேன்."

நள்ளிரவு, பொறுமையாகச் சிவன் இருக்கும் அறைக் கதவைத் திறந்தாள் உமா. கையில் தட்டு நிறைய உணவு-டன், அவளுடைய வளையல் சத்தம் சற்று கேட்டது....

கதவிற்குப்பின் அமைதியாக உட்கார்ந்து கொண்டிருந்தான் சிவன். கதவைத் திறக்கும் சத்தம் வராமல் சாப்பாட்டை உள்ளே தள்ளினாள். சிவன் எங்கே என்று தேடினாள். கட்டிலுக்கு அந்தப் பக்கம் இருக்கிறானா என்று குனிந்து பார்த்தாள். உமா தட்டை உள்ளே நகர்த்துவதைக் கதவின் பின்பக்கம் அமர்ந்து அமைதியாகப் பார்த்துக் கொண்டிருந்தான் சிவன். உமா சத்தம் வராதப்படி பொறுமையாகத் தனது கையை வெளியே........

இந்த நேரத்தில் அவள் கையைப் பிடித்து வெடிக்கென்று வேகமாக உள்ளே இழுத்தான். காலினால் கதவைத் தள்ளினான். கதவிற்கும் சுவற்றிற்கும் இடையே உமாவின் கையை நசுக்கினான் சிவன்.

"ஐயோ அம்மா" என்று கத்தினாள் உமா. ஆனால் மற்றொரு கையின் உதவியைக் கூடப் பயன்படுத்த முடியாத அளவுக்குச் சிவன் அவள் கையை உள்ளே இழுத்து விட்டான். "அம்மா........ அப்பா ...." என்று கத்தினாள் உமா.

"ஏண் டி இப்படிப.... ஏண் டி இப்படிப் பண்ண" என்றான் சிவன்.

"வலி தாங்க முடியல அத்த."

"ஐயோ என்ன ஆச்சு உமா."

"அவர விடச் சொல்லுங்க அத்த" வலி தாங்க முடியாமல் அழ ஆரம்பித்தாள் உமா.

"டேய் அவ கைய விடு டா, ஏண்டா இப்படிப் பண்ற" கதவைத் தட்டிக் கொண்டே அழுதாள், கதவை உதைக்க முயற்சி செய்தாள், ஆனால் அவளுக்கு அவ்வளவாகத் தெம்பில்லை.

"இருமா எதாவது எடுத்துட்டு வரேன்."

"அத்த முடியல, அம்மா வலிக்குதே..."

உமாவின் எலும்பு சற்று உடைய ஆரம்பித்தது அம்மா.

வெளியே இருந்து ஒரு கடப்பாரையை எடுத்துக்கொண்டு வந்தாள், அதிகமாக அவளுக்கு வியர்க்க ஆரம்பித்தது. உதவி செய்ய எதிர் வீட்டில் அண்ணன் கூட இல்லை. இந்த

நேரத்தில் அத்தையின் உடலிலிருந்து எங்கிருந்து அவ்வளவு தெம்பு வந்ததே என்று தெரியவில்லை வேகமாகக் கதவை உதைத்தாள் , சிவனின் பிடி சற்று நழுவியது. கிடைத்த நேரத்தில் கையைச் சாமர்த்தியமாக வெளியே எடுத்தாள் உமா, வேகமாக அத்தை கதவைச் சாத்தினாள்.

உமாவின் கை உடைந்திருந்தது. "வலிக்குது அத்த."

"எதுக்கு விஷப்பரீட்சை எத்தனை வாட்டி.....ஏன் இப்ப-டிப் பண்ண கைய பாரு."

"ஐயோ அத்தை மயக்கமா வருது அத்த."

"ஏய் கதவத் தொற டி ஏய்."

உமாவையும், நிர்மலையும் அவனின் தாயையும் என்று எல்லோரையும் திட்டி தீர்த்தான். கோபத்தில் கதவை விடா-மல் உதைத்துக் கொண்டிருந்தான். இவனைக் கொலை செய்து விட வேண்டும் என்று யோசித்தாள் அவனின் தாய் "தேவடியா பையா" என்று சிவனைத் திட்டினாள் அத்தை.

உமாவிற்கு ஒரு மாதிரி ஆயிற்று. "நான் படிச்சி படிச்சி சொன்னேனே உமா" பயத்தில் அத்தை உளறினாள், உடைந்த கையைப் பார்க்கக்கூட...........அவளுக்குத் தைரி-யம் இல்லை, கைகள் உதற ஆரம்பித்தது.

"என்ன பண்ண, அம்மா" உள்ளே சென்று மருந்து ஏதா-வது கிடைக்குமா என்று தேடினாள்.

உமாவின் கை வேகமாக வீங்க ஆரம்பித்தது. "அத்த வலிக்குது அத்த." சிவன் முடிந்த வரை கதவைத் தட்டிக் கொண்டிருந்தான் பயத்தில் இருவருக்கும் எதுவுமே கேட்க-வில்லை. "எதுக்கு நீ இப்படி செய்யுற அவனுங்கள எல்லாம் என்ன பண்ணாலும் திருத்த முடியாது மா."

"எனக்கு என்ன பண்ணனும்னே தெரியல....."

"அதுக்குன்னு அப்படியே வா விட முடியும்."

"ஹாஸ்பிடல் போலாம் அம்மா இவன் எல்லாம் ஏன் உயிரோடு இருக்கான்னு தெரியல." அத்தையாள் அழு-கையை நிப்பாட்ட முடியவில்லை.

"முடியலை அத்தை... அம்மா......"

"நான் குடிக்கணும் நான் குடிக்கணும்" என்று ஆவேச-மாகக் கத்தினான் சிவன். உமா ககதவருகே சென்று சாவி போடும் நுழைவு வழியாகச் சிவனைப் பார்த்தாள். "ஏண்டி அங்க போற, ஐயோ உன் கை ஓடஞ்சி இருக்கே அம்மா" என்று அத்தை அலறினாள்.

"ஆட்டோக்கு அடிக்கிறேன்." அத்தைக்கு உள்ளங்கை வியர்க்க ஆரம்பித்தது. சிவன் உள்ளே நடந்து கொண்-டிருந்தான், உமா நுழைவு வழியாகச் சிவனைப் பார்த்துக் கொண்டிருந்தாள். கண்ணாடியை எடுத்து கையை அறுத்துக் கொண்டான் சிவன். "ஐயோ அத்த அவர் கண்ணாடி எடுத்து கையை அறுத்து சாக.... அத்த" உடைத்த கையு-டன் கதவை திறக்க சென்றாள் உமா. அவளை இழுத்துக்-கொண்டு ஓரமாகப் போட்டாள் அத்தை.

"அத்த என்ன அத்த அவர் சாக.... அத்த" என்று மயக்கத்தில் அலறினாள் உமா. சில நொடிகள் அமைதியாக இருந்தாள்

"அத்த என்ன அத்த."

வெளியே சென்று பூட்டை எடுத்துக் கொண்டு வந்தாள். அத்தையின் கண்ணில் சொட்டு கூடக் கண்ணீர் இல்லை நடப்பதைப் பார்த்துக் கொண்டு விடலாம், இதற்கு மேல் இழுக்க ஒன்றும் இல்லை என்றிருந்தது அத்தையின் முகம். உமா மயக்கத்தில் தவழ்ந்து சென்று கதவைத் தட்டினாள்.

உமா கதவைத் தட்டினாள் எழுந்து நிற்க முயற்சி செய்-தாள். அத்தை மீண்டும் அவளை இழுத்துச் சென்று ஓரமா-கப் போட்டாள். உமாவிற்குக் கண்ணீர் வர ஆரம்பித்தது ஆனால் அழவில்லை."உங்களுக்கு என்ன பைத்தியமா அத்த." நன்றாகத் தாழ்ப்பாள் போட்டு சிவனின் அறையைப் பூட்டினாள். உமா இதைப் பார்த்துக்கொண்டே இருந்தாள்..... அதிர்ச்சியில் மயங்கினாள்.

உமாவிற்கு நீர் கொடுத்தாள், தண்ணீரை முகத்தில் தெளித்தாள், கன்னத்தில் தட்டி எழுப்ப முயற்சி செய்தாள். சில நொடிகள் கழித்து உமா கண்களைத் திறந்தாள். ஆனால் மீண்டும் மயங்கினாள். பதற்றத்தில் அத்தைக்கு

என்ன செய்வதென்றே தெரியவில்லை.

தான் செய்வது தவறு என்று தெரியும் ஆனால் உணர முடியவில்லை. வீட்டிற்குச் சற்று தொலைவிலே தான் பெரிய மருத்துவமனை உள்ளது, ஆனால் சிவனின் தாய் சிவனை மரணிக்கவிட்டாள்.

அமைதியாக வந்து உமா அருகே அமர்ந்தாள் அத்தை. சத்தமில்லாமல் தலையில் அடித்துக் கொண்டு அழுதாள். சில நொடிகள் கழித்து எழுந்து சென்று வீட்டு வாசல் அருகே அமர்ந்தாள், கண்களைத் துடைத்துக்கொண்டு ஆசுவாசப்படுத்திக் கொண்டாள்.

வானத்தையும் நட்சத்திரங்களையும் நிலாவையும் பார்த்-தாள். இருள் அவள் கண்களுக்கு அழகாக இருந்தது. போலீஸ் ஜீப் 'ன்' சத்தம் தூரத்தில் கேட்டது, தன்னுடைய தெருவிற்கு போலீஸ் ஜீப் வருவதை உணர்ந்தாள். இருளின் வெளிச்சம் அவளுக்குச் சற்று அமைதியைத் தந்தது. போலீஸ் ஜீப் ஒன்று வீட்டு வாசல் முன் வந்து நின்றது ஆனால், சிவனின் தாய் பயப்படவில்லை, அதிர்ச்சி அடை-யவில்லை, உண்மையைச் சொல்லப் போனால் அவளுக்கு எந்த உணர்ச்சியும் தெரியவில்லை. ஜீப்பிலிருந்து காவலர்கள் இறங்கினார்கள், பக்கத்து வீட்டு நபர் காவலர் அருகே வேகமாக வந்தார்.

"இந்த வீடு தானா?" என்று காவலர் கேட்டார்.

"ஆமா சார் இந்த வீடு தான்."

சிவனின் தாய் அனைத்தையும் கேட்டுக் கொண்டிருந்-தாள். காவலர் மூவர் வேகமாக வீட்டிற்குள் வந்தார்கள். சிவனின் தாய் வெளியே அமர்ந்து கொண்டிருப்பதைப் பார்த்தார்கள். "என்ன பிரச்சனை?" என்று கேட்டார் காவலர். அத்தை அமைதியாக இருந்தாள், அவர்களின் கண்களைக் கூடப் பார்க்கவில்லை.

"ஐயா உள்ள போய்ச் செக் பண்ணுங்க இந்த அம்மா சரி இல்லை" என்றார் காவலர். காவலர்கள் உள்ள உள்ளே சென்றார்கள்.

"ஐயா இங்க ஒரு அம்மா மயக்கம் போட்டு இருக்கு கையில பயங்கரக் காயம், உள்ள ஒரு ரூம் பூட்டி இருக்கு."

"ஏம.. சாவி எங்க?" என்று இன்னொரு காவலர் கேட்டார்.

சிவனின் தாய் அவர்களைக் கண்டுகொள்ளவில்லை. "ஐயா சாவி அங்க இருக்கு." கதவைத் திறந்து சிவனின் நிலையைப் பார்த்தார்கள்.

"அடங்க... யாருமா அது உன் மகனா இல்ல மருமகனா?"

"என்னையா பொழைப்பானா?" என்று கேட்டார் மற்றொரு காவலர். அதிகாரி உமாவைத் தட்டி எழுப்பினார். "சீக்கிரம்" என்று மற்ற காவலர்களுக்கு உத்தரவிட்டார். பாக்கெட்டில் இருந்து கைக்குட்டையை எடுத்து இரத்தப்போக்கை தடுத்தார் ஒரு காவலர். இருவரும் சேர்ந்து சிவனை ஜீப்பிற்குத் தூக்கிக்கொண்டு சென்றார்கள். மற்றொரு காவலர் உமாவைத் தாங்கியபடி கூட்டிக்கொண்டு ஜீப்பில் அமரவைத்தார்.

"இந்த அம்மாவை கூட்டிட்டு வாங்க சார்" என்றார் அதிகாரி.

"சரிங்க ஐயா."

"ஏம்மா ஏய் எந்திரி" என்று கூறி அத்தையின் கையைப் பிடித்துத் தூக்கினார் ஒரு காவலர்.

"உனக்கு எண்ணமா வேணும் அவங்க."

சிவனின் தாயை இழுத்துக் கொண்டு வந்து ஜீப்பில் போட்டார்கள். உமாவிற்கு மயக்கம் தெளியவில்லை. காவலர்கள் தண்ணீர் கொடுத்தார்கள், ஆனாலும் அவளுக்கு மயக்கம் தெளியவில்லை. சிவனின் தாய் இரு காவலர்களையும் கவனிக்காதபடி அமைதியாக இருந்தாள். அவர்கள் சில பல கேள்விகளைக் கேட்டார்கள், ஆனால் அவள் வாயைக் கூடத் திறக்கவில்லை.

"என்ன திமிரு மயிறு பாத்தீங்களா இவ்வளவு கேள்வி கேட்கிறோம்."

"அதான்." என்றார் மற்றொரு காவலர்.

"அண்ணா பாத்து ஓட்டுங்க இங்க ரோடு, லலைட் எது-
வும் ஒழுங்கா இல்ல."

"விடுங்க அண்ணா பயந்து போய்க் கிடக்கிறாங்க, நீங்க
பாட்டுக்கு ஏன், அக்கா எப்படி இருக்காங்க உடம்பு சரி-
யில்லன்னு சொன்னீங்களே" என்று ஒரு காவலர் மற்றொரு
காவலரின் மனைவியை நலம் விசாரித்தார்.

"இப்போ பரவாயில்லப்பா" என்றார். சில நேரம். சொந்த
கதை சோக கதை பேசிக் கொண்டே மருத்துவமனைக்கு
வந்தடைந்தார்கள்.

"என்ன ஆச்சு சார்" என்று ஒரு காவலரை அட்டெண்-
டர் கேட்டார், காவலர் பதில் எதுவும் கூறவில்லை.

மருத்துவம் தொடங்கியது. காவலர் அருகே மருத்துவர்
வந்தார்..... "சார் இவருக்கு இரத்தம் நல்லா லாஸ் ஆகி-
டுச்சு 'ஏ பி' பாசிட்டிவ், நம்ம பேங்க்ல அந்தப் பிளட்
குரூப்பே இல்ல."

"அவங்களுக்கும் அதே குரூப் தான் மேடம்" என்று
அத்தையைக் கை காண்பித்தாள் உமா.

பக்கத்துப் பெட்டில் படுத்துக் கொண்டிருந்த சிவனைப்
பார்த்தாள் உமா. "வெளிய போய் அவங்கள கூட்டிட்டு
வாங்க சார்" என்றார் காவலர்.

"அம்மா உங்க பையனுக்கு இரத்தம் வேணும் வாங்க."

"முடியாதுங்க" என்றாள் அத்தை.

"ஏம்மா முடியாதுனா என்னம்மா அர்த்தம்" என்றார்
காவலர்.

மருத்துவரும், காவலர்களும் பேசி அத்தையைச் சமாதா-
னப்படுத்தினார்கள்.

"அம்மா கைய அசைக்காதிங்க அப்படியே வச்சுக்-
கோங்க."சிவனின் தாயின் முகத்தில் அவ்வளவு வெறுப்பும்,
கோபமும் இருந்தது, இதை அந்தச் செவிலியர் கவனித்-
தாள்.

....

சில நொடிகளுக்குப் பிறகு ஊசியைக் கையில் இருந்து வெடிக்கென்று பிடுங்கினாள்.

"ஐயோ, அம்மா......" என்றாள் அந்தச் செவிலியர். மருத்துவரும், காவலரும் பயத்தில் பதறி அடித்துக்கொண்டு வந்தார்கள்.

"என்னம்மா என்ன ஆச்சு?" என்று கேட்டார் மருத்துவர்.

"ஊசிய பாதியிலேயே பிடுங்கி எறிஞ்சிட்டாங்க சார்."

"மா உனக்கு அறிவு இல்ல."

● ●

அவளை எப்படியோ பேசி சமாதானம் செய்து இரத்தம் கொடுக்க வைத்தார்கள், மருத்துவம் முடிந்த பிறகு இருவரையும் விசாரித்தார்கள். உமா அழுது கொண்டே கேட்ட கேள்விகளுக்கு எல்லாம் பதில் கூறினாள். சிவனின் தாய் அவளை முறைத்துப் பார்த்துக் கொண்டிருந்தாள்.

"சார்" என்றாள் உமா.

"என்னம்மா" என்று ஒரு காவலர் கேட்டார்.

"ஏதாவது பிரச்சனையாக......."

கோர்ட்... கேஸ்...... என்று சில நாட்கள் அலைந்தார்கள்.

5

நெருங்கிய சொந்தங்கள் சிலர் நலம் விசாரிக்க வந்தார்கள், நமக்காகக் கவலைப்படச் சில மனிதர்கள் இருக்கிறார்கள் என்று நினைத்து அமைதியடைந்தாள் உமா. அவளின் சகோதரி காவியா அவளருகே வந்து அமர்ந்தாள்.

"பையன ஹாஸ்டல் 'ல' இருந்து கூட்டிட்டு வா டி நம்ம வீட்டுக்குப் போலாம், எத்தனை வாட்டி சொல்லுவேன்." உமா எந்தப் பதிலும் கூறாமள் அமைதியாக இருந்தாள்.

"மாமா இவகிட்ட என்னன்னு சொல்லுங்க மாமா."

"ஏம்மா அவ தான் அத்தனை வாட்டி கூப்பிடுறா இல்ல உனக்கு என்ன தான் மா பிரச்சனை."

"எனக்கு என்ன பண்ணனும்ம்னு தெரியல உமா, நான் தான் தப்புப் பண்ணிட்டேன் அப்படி எல்லாம் பேசி இருக்கக் கூடாது என்ன மன்னிச்சிடு, என்ன மன்னிச்சிடு, என்ன மன்னிச்சிடு" என்றாள் காவியா.

"உன்ன பணம் அவ்வளவோ சீக்கிரமா மாத்திடுச்சு இல்ல. என்னால நிறையப் பேச முடியும் என்ன விடு" என்றாள் உமா.

தற்கொலை முயற்சிக்குப் பிறகு சிவனின் உடல்நிலை சரியில்லை. மருத்துவமனையிலேயே பல நாட்கள் செலவிட்டான். ஆனால் உமா அவளை ஒரு முறை கூட நேரில் சென்று பார்க்கவில்லை. சில நாட்கள் வீட்டில் முடியாமல் இருந்தான்..

மறுவாழ்வு மையத்தில் இது அவனுடைய முதல் நாள். "இது எந்த இடம் நான் எப்படி வந்தேன்" என்றான் சிவன். முதல் நாள் அன்று பலமுறை மயக்கமிட்டு விழுந்தான், வாந்தி எடுத்தான் இப்படியே ஒரு நாள் சென்று விட்டது. தான் இருக்கும் இடம் என்ன, ஏது என்று அவனுக்குச் சற்றும் தெரியவில்லை. ஜன்னல் வழியாக வெளியே பார்த்தான். பார்வை மிகவும் மங்களாகத் தெரிந்தது. சில காய்ந்துபோன மரங்கள், தூரத்தில் நிறையப் பச்சை மரங்கள், சில புதர்கள் என்று இருந்தது அந்த இடம். மனித நடமாட்டம் என்று பெரிதாக இல்லை. மிகவும் ஒதுக்குப்புறமான இடம் என்று அவனுக்குத் தெரிய வந்தது.

சிவன் அங்கிருந்தவர்களிடம் கத்தினான் சுற்றி இருந்தவர்கள் எல்லோரும் இவனைப் போல் மெலிந்து போய்த்தான் இருந்தார்கள். அந்த இடத்திற்குத் தலைமை யார் என்று அவனுக்குத் தெரியவில்லை. சிலரிடம் இந்த இடத்தைப் பற்றிக் கேட்டான். ஆனால் யாரும் அவனைக் கண்டுகொள்ளவில்லை. இன்னொரு பக்க ஜன்னல் அருகே வந்தான். எல்லோரும் அவனைத் தான் பார்த்தார்கள் இவனும் அவர்களைத் திரும்பப் பார்த்தான். தூரத்தில் ஒரு பெரிய அடுக்குமாடி கட்டிடம் ஒன்று இருந்தது. வேலை செய்யும் ஒருவன் இவனின் நடவடிக்கைகளை எல்லாம் கவனித்துக் கொண்டிருந்தான். ஜன்னல் கம்பிகளைப் பிடித்து வேகமாக உலுக்கினான்.

"என்னை யார்ரா இங்க கூட்டிட்டு வந்தது" என்று சத்தமிட்டான். மற்றவர்கள் முணுமுத்துக் கொண்டிருந்தார்கள், சிவனின் நடவடிக்கையைப் பார்த்துப் பயந்தார்கள்.

மறுவாழ்வு மையத்தில் இருப்பவர்கள் அவனை வேடிக்கை பார்த்துக் கொண்டிருந்தார்கள், நேரமாகியும் அவன் கூச்சலிடுவதை நிறுத்தவில்லை அங்கு வேலை செய்பவர்களை முடிந்தவரைச் சத்தம் போட்டுத் திட்டினான். அவன் தொண்டையில் சற்றும் நீரில்லை "என்ன இங்க எதுக்குக் கொண்டு வந்தீங்க?"

"கத்தட்டும் எவ்வளவு நேரம் கத்த போறான் " என்றான் ஒருவர்.

"ஆதான" என்று வேலை செய்பவர்கள் பேசிக்கொண்-டிருந்தார்கள். ஜன்னல் அருகே நடந்துக் கொண்டிருந்தான் சிவன், வேலை செய்பவர்கள் இங்குமங்கும் நடந்து கொண்-டிருந்தார்கள். ஜன்னல் வழியாகக் கைவிட்டு நடந்து செல்-லும் ஒருவனின் தலையைப் பிடித்து இழுத்தான் சிவன்.

"ஏய்.... ஏய்.... அடங்" அருகே இருந்த கம்பியை எடுத்து வேகமாக அவன் கையில் அடித்தான் இன்னொரு-வன்.

"ஆ........." என்று கத்தினான் சிவன்.

"என்ன தைரியம் பாத்தியா நாயிக்கு"

சிவன் விடாமல் கத்திக் கொண்டே இருந்தான், திடீ-ரென்று மயங்கினான். வேலை செய்பவர்கள் பொறுமையாக உள்ளே வந்தார்கள் "டாக்டர்... அவரைச் சொல்லு."

அவனை ஓரமாக இழுத்துச் சென்று போட்டார்கள்...

"எதுவும் பிரச்சனை இல்லை தானே டாக்டர்?" என்று ஒருவன் கேட்டான்.

மறுவாழ்வு மையத்தில் சிவனுக்கு இரண்டாவது நாள் திடீரென்று மயக்கத்திலிருந்து எழுந்தான், அவனுடைய கண்கள் சரியாகத் திறக்க முடியவில்லை. அது மிகவும் சுருங்கிக் கிடந்தன, தலைவலி அதிகமாக இருந்தது, அவனுக்குச் சரியாக எதுவும் நினைவுக்கு வரவில்லை, எவ்-வளவு நினைவுபடுத்த முயற்சி செய்தாலும் தலைவலிதான் வந்தது. கத்தி அழ வேண்டும் என்று நினைத்தான் ஆனால் ஆழமாக மூச்சை இழுத்து விடக் கூட அவன் உடம்பில் தெம்பில்லை.

அந்த மறுவாழ்வு மையம் சில அறைகளைக் கொண்ட ஒரு சிறிய திருமண மண்டபம் போல் இருந்தது. சிரமப்பட்டு எழுந்தான் சிவன், நீர் பானையை நோக்கி நடந்து சென்-றான். அந்த நீர் மிகவும் அசுத்தமாக இருந்தது, இருந்தும் இரண்டு மூன்று டம்ளர் எடுத்துக் குடித்தான்.

மறுவாழ்வு மையத்தில் இருக்கிறோம் என்பதைத் தெரிந்து கொண்டான். நன்றாகச் சுற்றி முற்றிப் பார்த்தான் சில அறைகள், ஒரு பெரிய ஹால், ஓய்ந்துபோன பல மனிதர்கள் இப்படித்தான் இருந்தது அந்த இடம். ஆங்காங்கே சில கண்காணிப்புக் கேமராக்கள் மற்றும் ஒரு ஸ்பீக்கர், யாரும் யாரிடமும் அவ்வளவாகப் பேசிக் கொள்ளவில்லை.

அந்த மறுவாழ்வு மையத்தின் முதலாளியின் பெயர் தேவா, நிறையப் பணமும், சற்று அரசியல் பின்புலமும் உடையவர். சிவனையும் புதிதாக வந்தவர்களை தன்னுடைய அறைக்கு வரச் சொன்னார்.

"சிவன், சாய், மோகன், தினேஷ் உங்கள சார் உள்ள கூப்பிடுறாரு."

"இங்க தினேஷ் யாருடா, திருட்டு நாயே.... சொன்-னாங்க இருக்குடா உனக்கு இங்க இருக்கணும்னா ஒழுங்கா இருக்கணும் புரியுதா."

"சரி சார்." என்று தலைகுனிந்தபடி இருந்தான் தினேஷ், எழுந்து சாய் அருகே சென்றார் தேவா, அவன் தலையில் ஓங்கி அடித்தார். வேறு எதுவும் பேசவில்லை அனைவரை-யும் ஹாலுக்கு வர வைத்தார் தேவா.

"இங்க நீங்க எல்லாம் நோயாளிங்க ,குடிநயாளிங்க உங்கள சரிபடுத்த தான் நாங்க இருக்கோம் எங்களைப் பொறுத்த வரைக்கும் பைத்தியங்களும் நீங்களும் ஒன்னு தான் எந்த வித்தியாசமும் இல்ல. நீங்க என்னதான் இங்க அராஜகம் செஞ்சாலும் சண்டை போட்டாலும் செத்துப்போ-கப் பார்த்தாலும், குணமாகாம உங்க வீட்டுக்குப் போக முடி-யாது, எங்களுக்கு உங்க மேல நம்பிக்கை வந்தா தான் உங்கள உங்க வீட்டுக்கு அனுப்புவோம் அது வரைக்கும் உங்க வீட்டுக்குக் கண்டிப்பா போக முடியாது, ஞாபகம் வச்-சிக்கோங்க."

சாய் ஏதோ கேட்க வாய்த் திறந்தான், ஆனால் கேட்க அவனுக்குச் சற்றும் தைரியம் இல்லை. அங்கு வேலை செய்யும் ஒருவன் சாய் 'யை' முறைத்துப் பார்த்தான்.

"உங்களுக்கு இங்க டிரீட்மென்ட் நடக்கும், கிளாஸ் இருக்கும் இது ஒரு பிரைவேட் ஜெயில் மாதிரி தான், தப்பிக்க நினைக்காதீங்க தப்பிக்கப் பார்த்தா பனிஷ்மென்ட் இருக்கும். சாப்பாடு தண்ணி கட் பண்ணுவோம் கை கால் கட்டிப்போட்டு அடிப்போம். நீங்க நோயாலீங்க, உங்களுக்கு இங்கே பாவம் காட்ட மாட்டோம், உங்க குடும்பத்தைப் பார்க்க முடியாது பேச முடியாது சிகிரட் இங்கே கிடையாது புக்ஸ், நியூஸ்பேப்பர் இருக்கு எல்லாரும் புரிஞ்சுக்கோங்க" என்றார் தேவா. எல்லோரும் அமைதியாக இருந்தார்கள். "உங்க யாருக்கும் இங்கே இறக்கம் காட்ட மாட்டோம் எப்படி இருந்தா உங்களுக்கு நல்லதோ அதுக்கு ஏத்த மாதிரி புரிஞ்சு நடந்துக்கோங்க."

"எப்பா, அந்த சாய், மோகன் அவன் அந்த நாலு பேர் எல்லாம் வெளியே வர சொல்லு" என்றார் அங்கு வேலை செய்யும் ஒருவர்.

"டேய் அந்தப் புதுசா வந்தவங்க எல்லாம் வாங்கடா."

வாசலின் முன் இருந்த பெரிய இரும்பு கேட் அருகே இருந்தார்கள்.

"டேய்....பூட்ட தொற." வாட்ச்மேன் ஒருவன் வந்து கேட்டை திறந்தான்.

"ரெண்டு பேரை மட்டும் ஃபஸ்ட் அனுப்பு" சிவனும், மோகனும் வெளியே சென்றார்கள் சுற்றி முற்றி பார்த்தான் சிவன், வீடு என்று எதுவும் இல்லை, ஓனரின் கார் ஒன்று வெளியே இருந்தது, மாடிக்குச் செல்லும் வழி கூடப் பூட்டி இருந்தது. கையில் கத்தரிக்கோலுடன் ஒருவன் இருந்தான் அருகிலிருந்த பாத்ரூம் சிலவற்றுக்குக் கதவில்லை.

"ஒக்காரு." முடியை நன்றாக ட்ரிம் செய்தார், சுற்றி முற்றிப் பார்த்தான் மோகன். "தலையை ஒழுங்கா..." என்-றான் பார்பர். மோகன் சிவனைப் பார்த்தான், முடிவெட்டிக் கொண்டிருப்பவரின் கால்களை வேகமாக எட்டி உடைந்து தப்பியோடினான், தரையில் தொப்பென்று அந்தப் பார்பர் விழுந்தார்.

"அம்மா..."

"ஏய்.... ஏய்.... அண்ணா."

இருவர் மோகனை பிடிக்க வேகமாக ஓடினார்கள், அவன் அவ்வளவு வேகமாக ஓடினான். தேவா வெளியே வந்து நடந்ததைப் பார்த்தான். மோகனை இன்னும் துரத்திக் கொண்டிருந்தார்கள். தேவா வேலையாட்களுக்கு போன் அடித்தான் இருவரும் எடுக்கவில்லை, ஓடிக் கொண்டிருக்கும் போது அருகே இருந்த கல்லை எடுத்து மோகனின் மீது வேகமாக வீசினான்.

அது அவனின் கழுத்தில் வேகமாகப் பட்டது. அடிபட்ட வேகத்தில் பொத்தென்று கழுத்தைப் பிடித்து விழுந்தான்.

"விழுந்துட்டான் பாரு வா நா" என்றான் ஒருவன்.

மோகனை எட்டி உதைத்தான் ஒருவன், வலி தாங்க முடியாமல் அவன் கத்தினான்.

"ஓட வா பாக்குற."

"அம்மா, ஏய் என்ன விடுங்கடா" கழுத்தைப் பிடித்துக் கொண்டபடியே வலியில் கூறினான் மோகன்.

மோகனை இழுத்துக்கொண்டு வந்தார்கள். "எவ்வளவு தூரம் வந்துடான்." அவனை மறுவாழ்வு மையத்தின் வாசலின் முன் போட்டார்கள் "அண்ணா ரொம்பத் தூரம் ஓடிட்டான்."

"என்னடா பண்றீங்க நீங்க, கழுத்துல என்ன காயம்?" என்று அதட்டினார் தேவா.

மோகனின் கழுத்தை சில நொடிகள் பார்த்தார். அவனை என்ன செய்யவேண்டுமென்று ஓனர் தேவாவிற்கு மற்றவர்களுக்கும் நன்றாகத் தெரியும். சிவனுக்குத் தன்னுடைய தாயின் ஞாபகம் வந்தது, உயிரை காப்பாற்ற கூட அவள் விரும்பவில்லை என்று அவன் வருந்தினான். சிவனின் கதை என்னவென்றும், அவன் எதற்கு, எப்படி இங்கு வந்தான் என்றும் மற்றவர்கள் அவனைக் கேட்டார்கள், அவன் பொய்களைத் தான் கூறினான். மோகனை மாடியில் உள்ள அறைக்கு இழுத்துச் சென்றார்கள்.

"டேய் என்ன ஹாஸ்பிடல் கூட்டிட்டு போங்க டா, அம்மா கழுத்து வலிக்குது" என்று கத்தினான் மோகன்.

அவனுடைய கை கால்களை எல்லாம் இருக்கமாகக் கட்டினார்கள் அவனால் சரியாக அசையக்கூட முடியவில்லை.

"ஐயோ அம்மா..."

"டேய், டாக்டர் அவர வர சொல்லு."

"அவர் சாயங்காலம் தான் வருவாரு."

"சரி பாத்துக்கலாம் விடு."

பலருக்கும் அங்கு முடிதிருத்தம் நடந்தது. மொட்டை அடிக்கப்பட்ட நிலையில் தான் இருந்தான் சிவன். அங்கே கழிவறை வசதி ஒன்றும் பெரிதாக எதுவும் கிடையாது, குளியலறை என்றும் பெரிதாக ஒன்றும் கிடையாது அவர்கள் துணியை அவர்கள் தான் துவைத்துக்கொள்ளவேண்டும். சோப்புச் சீப்பு, என்னை, இரண்டு லுங்கி சட்டைகள் எனச் சிவனிற்குக் கொடுத்தார்கள். அதுமட்டுமின்றி இரவு சிவனிற்கு ஒரு மாத்திரை கொடுத்தார்கள். எதற்கு என்று கேட்டால் அடி விழுமோ என்று சிவனிற்குத் தோன்றியது "எதுக்கு" என்று கேட்டான். அவர் எதுவும் பதில் சொல்லாமல் அப்படியே சென்று விட்டார்.

"எப்பா அந்த மாத்திரையைப் போட்டுகோ வந்து செக் பண்ணுவாங்க, போடலனா அடிப்பாங்க" அதற்குப் பிறகு பயத்தில் எந்தக் கேள்வியும் கேட்காமல் கொடுக்கும் மாத்திரைகளை எல்லாம் போட்டுக்கொண்டான் சிவன்.

இரவு அனைவருக்கும் கிளாஸ் நடந்தது "நீ உனக்காகத் தான் குடிக்கிறது நிப்பாட்டினும் உன்னோட அம்மாவோ, அப்பாவோ, பொண்டாட்டியோ, பிள்ளைகளோ வேற யாரும் இல்ல உனக்காகத் தான் நீ உனக்காக வாழ போற. சாவுற வரைக்கும் அவங்க உன் கூட இருக்க மாட்டாங்க." சிவனிற்குக் காது அடைத்துப் போயிருந்தது குடி இல்லாததின் விளைவே இதற்கு என்று காரணம் என்று யோசித்தான் சிவன். குடிக்க வேண்டும் என்ற எண்ணம் மீண்டும் மீண்டும்

அவனுக்குள் தோன்றியது, ஆனால் எழுந்து நடக்கக் கூட அவன் உடம்பில் தெம்பு இல்லை.

"மத்த மனுஷங்களுக்ககாக வாழ்வது தான் வாழ்க்கை."

மாடியில் உள்ள அறையில் மயங்கிய நிலையில் தான் இருந்தான் மோகன். அவனை எட்டிப் பார்க்கக் கூட யாரு-மில்லை. அடுத்த நாள் காலையில் தான் அவனுக்கு மயக்-கம் தெளிந்தது பிறகுதான் மருத்துவர் வந்து அவனைச் சோதித்துப் பார்த்தார்.

சில நாட்களுக்கு புதிதாக வந்தவர்களுக்கு மருத்துவம் நடந்தது. மருந்து மாத்திரை என்று ஏதேதோ கொடுத்தார்-கள். ஏன் எதற்கு என்று கேட்கக் கூட யாருக்கும் தெம்-பில்லை, தைரியமும் இல்லை கொடுப்பதைச் சாப்பிட்டார்கள் இவர்களுக்கு மட்டும் தனியாக ஸ்பெஷல் கிளாஸ் நடந்தது. அனைவரும் உடல் சோர்ந்து தான் கிடந்தார்கள். நடுக்கம், மயக்கநிலை...... அவர்கள் கொடுக்கும் மாத்திரைகள் தான் இதற்குக் காரணம் என்று பேசிக்கொண்டார்கள்.

தினேஷிற்குத் தன்னுடைய குடும்பத்தைப் பார்க்கவேண்-டும் என்ற ஆசை அதிகமாகியது. சிசிடிவியின் கண்கா-ணிப்பில் அனைவரும் இருக்கும்போதுகூடக் குடிநோயாளி தினேஷ் காவலாளியிடம் இருந்து யாருக்கும் தெரியாமல் சாவியைத் திருடினான். திடிரென்று அவனுடைய மனைவி-யின் ஞாபகம் அதிகமாக வந்துவிட்டது. காவலர் ஒருவர் கேட்டை பூட்டிவிட்டு அருகே உள்ள ஒரு சிறிய அறைக்குப் படுக்கச் சென்றார், அவ்வப்போது வந்து எட்டிப் பார்ப்பதே அவருடைய வேலை. தினேஷ் தூங்குவதைப் போல நடித்-துக் கொண்டிருந்தான்.

விடியலின் சத்தம். சட்டென்று கண்ணைத் திறந்தான் தினேஷ், பொறுமையாக எழுந்து நடந்தான் அனைவரும் அடித்துப் போட்டதுபோல் தூங்கிக் கொண்டிருந்தார்கள். யாருக்கும் தெரியாமல் கேட் வழியாக எட்டிப்பார்த்தான் கைகளைக் கேட் வழியாக விட்டுச் சத்தம் வராமல் பூட்டை திறந்தான். கேமரா அனைத்தையும் பதிவு செய்து கொண்-

டிருந்தது அவன் கேமராவையும் சுற்றியிருந்த மனிதர்களை-யும் பார்த்தான் சத்தம் வராமல் கதவைத் திறக்கப் பார்த்தான் ஆனால் பழைய இரும்பின் சத்தம் வந்துவிட்டது. கேட்டை வேகமாகத் திறந்தான் சத்தத்தைக் கேட்டு சில மனிதர்கள் எழுந்து விட்டார்கள். முன் சுவரைத் தாண்டும்போது ஓனர் வளர்க்கும் நாய்கள் சத்தம்போட்டுக் குறைத்தது. சத்தத்தைக் கேட்டு வேலையாட்கள் எழுந்தார்கள் மற்ற நோயாளிகளும் முழித்துக் கொண்டார்கள். நாய்கள் அவனைத் துரத்திக்-கொண்டு வந்தது அவனால் தப்பித்து ஓடமுடியவில்லை.

வேலையாட்கள் அதற்குள் வந்து அவனை லாவகமாகப் பிடித்து விட்டார்கள்.. இதைப் பார்த்தும் தப்பிக்க வேண்டும் என்ற எண்ணத்திலிருந்த நோயாளிகள் பின்வாங்கினார்கள். இரண்டு நாய்களும் தினேஷ் 'ஐ' கடித்துக் குதறியது. அவனால் நாய்களுடன் போராட முடியவில்லை. எவ்வளவு வேகத்தில் அடிக்க முடியுமோ அவ்வளவு வேகத்தில் அவனை அடித்தார்கள் ஆழ்ந்த தூக்கத்திலிருந்த நோயா-ளிகள் கூடச் சத்தத்தைக் கேட்டு எழுந்து வெளியே வந்-தார்கள்.

"அம்மா, அடிக்காதீங்க வேண்டாம்."

"அதுக்குள்ள இரண்டாவது இவனுங்களுக்கு எங்க இருந்து அவ்வளவு தைரியம்."

தினேஷ் அடி தாங்க முடியாமல் சுருண்டு கிடந்தான். "பூட்டி இருந்த இடத்திலிருந்து இவன் எப்படி வெளியே வந்-தான்."

"அதான்."

"அண்ணனுக்குத் தெரிஞ்சா என்ன."

கேட் பூட்டப் படாமல் இருந்தாலும் யாரும் வெளியே வந்து பார்க்கவில்லை. மூவரும் தினேஷை பலமாகத் தாக்-கினார்கள். நாய்கள் குரைத்துக் கொண்டே இருந்தது "இது வேற."

தினேஷை தரதரவென்று இழுத்துக் கொண்டு வந்து காம்பவுண்டுக்குள் போட்டவுடன் விஷயத்தை ஓனரிடம்

கூறினார்கள். அவனோ வலி தாங்க முடியாமல் துடித்துக் கொண்டிருந்தான்.

"கட்டி உள்ள போடுங்க டா பீ மூத்திரம் எல்லாம் அங்-கதான் பத்து பாஞ்சி நாளைக்கு அங்கேயேதான் அசைய கூட முடியாத அளவுக்குக் கைய காலக் கட்டி போடுங்க." என்று ஆக்ரோஷமாகக் கத்தினார்.

உள்ளே இருந்தவர்கள் முணுமுணுத்துக் கொண்டார்கள் ஆனால் யாரும் ஏன் இப்படிச் செய்கிறீர்கள் என்று ஒரு வார்த்தை கூடக் கேட்கவில்லை. சில நொடிகளிலேயே சகஜ நிலைக்குத் திரும்பி விட்டார்கள் அதற்குக் காரணம் அவர்-களின் பயம்தான். அந்த வேலையாட்கள் தினேஷின் கைக-ளைக் கட்டினார்கள். "வேண்டாம்டா வேண்டாம்டா உங்க எவனையும் சும்மா விட மாட்டேன் டா" என்று கத்தினான் தினேஷ்.

"ஏய் இவனுங்களுக்க என்ன தைரியம் குடிகாரனுக" என்றார் ஓனர்.

வரிசையில் வந்து அனைவரும் சாப்பாடு வாங்கிக் கொண்டிருந்தார்கள். இட்லியும் சிறிது பச்சைப் பயிரும் கொடுக்கப்பட்டது வயிறு நிறையச் சாப்பிட அங்கு ஒன்றும் கிடையாது. வெறும் பசியைப் போக்குவதற்கு மட்டும் தான் அங்குச் சாப்பாடு. தினேஷ் மாடியில் சத்தம் போட்டு அழு-வதும், கதறுவதும் கீழே இருக்கும் மற்ற நோயாளிகளை உலுக்கியது. தினேஷிற்குச் சாப்பாடு தரப்பட்டதா என்று கேட்கக் கூட யாரும் வாயைத் திறக்கவில்லை.

"இன்னும் எத்தனை நாள் அவன்?" என்று சிவன் கேட்-டான்.

"தெரியல பத்து நாள் கிட்ட வச்சி இருப்பாங்க" ஒரு வாரத்திற்கும் மேலாகியது, எப்போதாவது தான் உணவு கொடுப்பார்கள். மருத்துவர் ஒரு முறை சென்று பார்த்தார் அவ்வளவுதான் அதற்குப் பிறகு மருத்துவர் அந்தப் பக்கம் கூடச் செல்லவில்லை. தினேஷின் மனைவி மறுவாழ்வு மையத்திற்குப் போன் செய்தாள்.

"சார்..."

"யாருங்க..."

"நான் தினேஷ் அவருடைய வீட்டிலிருந்து..."

"ஓனர் வெளியே இருக்காரு கொடுக்கிறேன் மா."

"அண்ணா."

வெளியே யாருடனோ போன் பேசிக் கொண்டிருந்தார் தேவா "சொல்லு டா."

"அண்ணா மாடியில் இருக்கான் இல்ல ஒருத்தன் அவன் வீட்டிலிருந்து போன்." சில நொடிகள் அமைதியாக இருந்-தார். "சரி வரேன்னு சொல்லு." வேக வேகமாக உள்ளே சென்று லேண்ட்லைன் போனை எடுத்து " ஒரு நிமிஷம்" என்றான்.

என்ன பேசவேண்டும் என்று யோசித்தான் தேவா. "சொல்லுங்க அம்மா நான் தேவா பேசுறேன்."

"சார் அவர் அங்க எப்படி இருக்காரு."

"பிரமாதமா இருக்காது மா ரொம்பச் சூப்பரா இருக்காரு, ஸ்பீட ரெக்கவர் ஆகிடுவாரு."

"அவர பாக்க வரனும் எப்போ?"

"தப்புமா, ரொம்பத் தப்பு ட்ரீட்மென்ட் நடுவுல இந்த மாதிரி எல்லாம் நீங்க பண்ணா பேஷன்ட் டிஸ்டர்ப் ஆகி-டுவார் மேடம், போக்கஸ் பண்ண மாட்டார் அவரு நல்லா இருக்க.... நீங்க எதை நினைத்தும் பயப்படாதீங்க"

"சந்தோஷம் சார்."

"சரிங்க மா சந்தோஷம்."

அவர்கள் தினேஷை கீழே கொண்டு வந்தார்கள். அவனுடைய மனைவி கால் செய்து இரண்டு மூன்று நாட்-களுக்குப் பிறகு தான் கீழே கொண்டு வந்தார்கள். மரணிக்-கும் நிலையில் தான் இருந்தான். அவன் உடம்பெல்லாம் அவ்வளவு காயங்கள் இருந்தது. எலும்புகளைாக் கூடச் சுல-பமாக எண்ணிவிடலாம். எல்லோரும் அவன் மீது பரிதாபப் பட்டார்கள் தப்பித்துச் செல்ல நினைத்தால் இதுதான் நிலை என்பதை மற்ற குடிநோயாளிகள் தெரிந்து கொண்டார்கள்

சில நாட்கள் யாரும் அவனிடம் முகம் கொடுத்து பேச-வில்லை, பேசினாலும் அவனிடம் பதிலளிக்கத் தெம்பில்லை.

"உன் பொண்டாட்டிக்கு உன் மேல அவ்வளவு பாசமா, போன் பண்ணி எல்லாம் விசாரிக்குறா?" என்று கேட்டான் ஒரு வேலைக்காரன்.

"எப்போ சார், என்ன சார் சொன்னாங்க?"

"அது இருக்கும் ரெண்டு மூணு நாலு கிட்ட இருக்கும்."

அவனுடைய மனதிற்குள் அவ்வளவு சந்தோஷம், கண்-களில் அவ்வளவு பேரன்பு தெரிந்தது.

"சொன்னாங்களா.. இருக்கும்போது மரியாதையா நடத்த தெரியல இப்பப் பாத்தியா மரியாதைய" என்று மற்றொரு வேலைக்காரன் கூறினான்.

மதிய நேரம், தட்டு நிறையச் சாப்பாடு பொரியல், அது இது என்று வைத்துக்கொண்டு மூக்குப் பிடிக்கச் சாப்பிட்டுக் கொண்டிருந்தார் ஓனர் தேவா. போன் வந்தது.

"சாப்பிடும்போதுதான்..." என்று கூறி போனை கட் செய்தார். அதே நம்பரிலிருந்து மீண்டும் அழைப்பு வந்தது.

"ஹலோ சொல்லுங்க" என்றார் தேவா. தன்னுடைய 27 வயது மகன் குடிபோதைக்கு அடிமையாகி உள்ளதாகவும் குடிப்பதற்காகப் பல பிரச்னைகள் செய்வதாகவும் ஒரு தாய் வருத்தமாகக் கூறி அழுது கொண்டிருந்தாள். தேவா அவள் பேசுவதைக் கூடச் சரியாகக் காது கொடுத்துக் கேட்க-வில்லை, சாப்பிடுவதில் தான் கவனமாக இருந்தான். பிறகு டைரியில் ஏதோ கணக்குகளைச் சரிபார்த்துக் கொண்டிருந்-தான்.

அருகே இருந்த கால்குலேட்டர், பேனாவையும் எடுத்-தான், கேலண்டரில் தேதிகளைக் குறித்தான்.

"அம்மா சாருக்கு என்னமா வயசு சொல்லுங்க"

"இருபத்தி ஏழு பா."

"இருபத்தி ஏழு சரி, எப்ப இருந்து இந்தப் பழக்கம் அவருக்கு இருக்கு, ஒரு நாளைக்கு எத்தனை வாட்டி குடிப்பார் மா ?"

"இப்போ ஒரு ரெண்டு மூணு வருஷமா தான் பா ரொம்ப அதிகமா ஆகிடிச்சு." அவளுடைய குரல் அவ்வளவு ஓய்ந்திருந்தது.

"சார் பேர் என்னமா?"

"மனோகர் பா."

"அழாதீங்க " தைரியமா இருங்க."

"எனக்கு என் புள்ள நல்லா வரணும் பா பணம் எல்லாம் பிரச்சனையே இல்ல."

"அழாதீங்க அம்மா நான் இருக்கேன் தைரியமா இருங்க."

"சரிப்பா."

"அம்மா நீங்களே வந்து அவரை அட்மிட் பண்ணுவீங்களா இல்ல." பதில் எதுவும் வரவில்லை.

"சரி மா தம்பி போட்டோ அனுப்புங்க. எனக்கு எந்த இடத்துல எப்பவும் குடிப்பாரு எல்லா டிடைல் சொல்லுங்க அம்மா."

அமைதி காத்தாள். "அம்மா நாங்க ஆள வச்சு பாத்துக்குறோம்."

"பத்திரம் பா."

"நீங்க எதுக்கும் கவலைப்படாதீங்க இது ஒரு நோய் அவ்வளவுதான். என்ன நம்புங்க நான் பார்த்துக்கிறேன்."

"சரிப்பா."

டேய் கிளம்புங்க டா புது ஆடு மாட்டிக்கிச்சு." எல்லோரும் சத்தம் போட்டுச் சிரித்தார்கள்.

ஓனரும் மாற்றவர்களும் அந்தக் குடிகாரனைத் தேடி வைன் ஷாப் வைன் ஷாப் 'ஆகச்' சென்றார்கள். அவனுடைய ஆட்களும் அந்தக் குடிகாரனின் தாய் சொன்ன இடங்களிலெல்லாம் கார், பைக் என்று எடுத்து சென்று இரண்டு மூன்று நாட்கள் தேடினார்கள் ஆனால் அந்தக் குடிகாரனைக் கண்டுபிடிக்க முடியவில்லை.

"அம்மா நீங்கச் சொன்ன இடம் எல்லாம் நல்லா பாத்தோம் அம்மா வேற எங்கயாச்சும் குடிப்பாரா அம்மா."

"என்னப்பா சொல்ற, நல்லா பாருப்பா." என்று பாவமா-கக் கூறினாள்.

போனை கட் செய்துவிட்டுக் காரில் ஏறினார். "டேய் வண்டியை எடுங்க டா."

சுற்றி முற்றி பார்த்தான் தேவா. வெகு தூரம் சென்று தேடியும் அவன் கிடைக்கவில்லை என்பதால் தேவா கோப-மடைந்தார்.

"டேய் வண்டிய எடுங்கடா போலாம்."

நான்காவது நாள் அந்தத் தாய் கூறிய ஒயின்ஷாப் அருகே அவன் இருந்தான். காரிலிருந்து ஓனரும் அவன் ஆட்களும் அவனைப் பார்த்துக் கொண்டிருந்தார்கள். "அவன் தான் நா போட்டோல காமிச்சீங்களே." அந்தக் குடிகாரன் சில்லரை கேட்டு ஒவ்வொருவரிடமும் கெஞ்சிக் கொண்டிருந்தான்.

"மாட்டினான் டா." ஓனர் தலையசைத்தார், ஆட்கள் இறங்கி அவனை நோக்கிச் சென்றார்கள்.

"காசு இருந்தா கொடு கபாலி" என்று அந்தக் குடிகாரன் இவர்களிடம் கேட்டான்.

இவர்களும் போதையில் இருப்பதைப்போல் நடந்து கொண்டார்கள் "பாவமே, எனக்கே கபாலி தான் காசு கொடுத்தா.."

"அந்தக் கார் ல ..."

"ஆமாம்பா அந்தக் கார்."

ரோடு கிராஸ் செய்து வேகமாக அந்தக் காரை நோக்கி ஓடினான். ஜன்னலைத் தட்டினான் மறுவாழ்வு மைய ஆட்-களும் பின்தொடர்ந்து வந்தார்கள். ஜன்னல் கீழே இறங்-கியது. "கபாலி காசு இருக்கு..." கார் கதவை திறந்தார் "உள்ளவா டா ஒக்காலி அவனை வலுக்கட்டாயமாக உள்ளே தள்ளினார்கள் கார் வேகமாகச் சென்றது.

"டேய் யாருடா நீங்க."

மறுவாழ்வு மையத்திற்குக் கொண்டு வந்து போட்டார்கள், கையுடன் விஷயத்தைத் தாயிடம் கூறினார்கள். அவளும்

கூறியபடியே பணத்தை அனுப்பி வைத்தாள்.

"அவன் திருந்தி வந்தா போதும்பா."

புதிதாக வந்தவர்கள் முதல் நாளன்று என்ன செய்வார்-
களோ அதையேதான் இவனும் செய்தான்.

6

35 நாட்களுக்கும் மேலாகி விட்டது. சிவனுக்கும் மற்ற நோயாளிகளுக்கும் அங்கிருந்த மருத்துவர் ஏதேதோ மருந்-துகளைக் கொடுத்தார். "எதுக்கு சார் இவ்வளவு மாத்தற."

"உங்க உடம்பு, மனசுல இருந்து குடிய எடுக்கத்தான் ஒன்னும் செத்துட மாட்டிங்க" என்றார் மருத்துவர்.

மருத்துவத்திற்கு ஒத்துழைக்காமலிருந்தால், அடி, உதை, சாப்பாடு ரத்து என்றெல்லாம் செய்து மருந்து மாத்திரைக-ளைத் திணிப்பார்கள். அந்த மாத்திரைகளின் விளைவாக இரத்த வாந்தி எடுத்து நோய்வாய்ப்பட்டுக் கிடந்தான் சிவன். அங்கிருந்து தப்பி ஓடி விட வேண்டும் என்ற எண்ணம் அவனுக்குள் வந்தது, தப்பித்துவிடலாம் என்று முடிவு எடுத்து விட்டான்.

அவர்கள் கொடுக்கும் மாத்திரைகளை எல்லாம் போட்டுக் கொள்வது போல் நடித்தான், அவர்கள் சென்ற பிறகு ஓரமாகச் சென்று வாயிலிருந்து மாத்திரையை எடுத்து பொடியாக்கி ஜன்னல் வழியாக வெளியே வீசி விடுவான். ஒவ்வொரு முறையும் தன்னை யாராவது கவனிக்கிறார்களா என்று ஜாக்கிரதையாக இருந்தான்.

இப்படியே சில நாட்கள் சென்று விட்டது. அவர்கள் தரும் மாத்திரை மருந்துகளை நிப்பாட்டிய பிறகு சிவனுக்குச் சற்று தெளிவு வந்தது, குடிக்க வேண்டும் என்ற எண்ணம் மீண்டும் வந்தது.

தப்பித்து எங்கே செல்வது யாரிடம் தஞ்சம் அடைவது என்று எதுவும் அவனுக்குத் தெரியவில்லை. சுற்றித் திறந்த வெளியாக உள்ளது அது ஒரு காடு போன்ற இடம், கண்ணுக்கு எட்டிய தூரம் வரை எதுவும் தெரியவில்லை. தூரத்தில் ஒரு பெரிய அடுக்குமாடிக் குடியிருப்பைப் பார்த்துக்கொண்டிருந்தான் சிவன். இங்கிருந்து சில கிலோமீட்டர்களுக்குள் ஏதாவது பேருந்து நிலையம் அல்லது ரயில் நிலையம் இருக்குமா என்று யோசித்துக் கொண்டிருந்தான், யாரிடமாவது கேட்டு விடலாமா என்று யோசித்தான் ஆனால் நிச்சயமாக அது பிரச்சனைகளை கொண்டுவரும் என்று அவன் உணர்ந்தான்.

தன்னுடைய திட்டம் மற்றவர்களுக்குத் தெரிந்து விட்டால் என்னவாகும் என்று பயந்தான். இப்போதெல்லாம் அவனுடைய யோசனை இங்கிருந்த வேலையாட்களை மீறி எப்படித் தப்பிப்பது என்று மட்டும் தான், மாட்டிக் கொண்டால் என்ன தண்டனை கொடுப்பார்கள் என்ற பயம் அவனைத் தாக்கியது.

ஓனர் இல்லாத நேரம் பார்த்துக் குடிநோயாளி தினேஷ். ஓனரின் அறைக்கு அருகே வந்து சுற்றி முற்றிப் பார்த்தான், நோயாளிகள் பேசிக் கொண்டிருந்தார்கள், சிலர் உறங்கிக் கொண்டிருந்தார்கள் இருந்த மூன்று வேலையாட்களும் கதவிற்கு வெளியே இருப்பதை அவன் கவனித்தான். வேறுயாரும் தன்னைக் கவனிக்கவில்லை என்பதை உறுதிப்படுத்திக் கொண்டு. ஓனரின் அறைக்குள் சென்றான் வாசலை எட்டிப் பார்த்தான், ஓனரின் அறையிலிருந்த லேண்ட்லைன்'ஐ' எடுத்து....... யோசித்து யோசித்து அவனுடைய மனைவிக்குப் போன் அடித்தான்.

அவளோ அங்குப் போனை எடுக்கவில்லை, ஆஃபீஸ் மீட்டிங்கில் இருந்தாள். மீண்டும் போன் வந்தது, மறுவாழ்வு மையம் நம்பரிலிருந்து கால் வந்ததைப் பார்த்ததும் பயந்து போய் உடனே பதறிக்கொண்டு எடுத்தாள். "சாரி, சாரி இம்பார்டன்ட் கால்" மீட்டிங்கில் வெளியே வந்தாள்.

"ஹலோ."

"ஹலோ, ஹலோ... கௌசல்யா நான் தினேஷ்."

"என்னங்க, என்ன ஆச்சு திடிர்னு குரல் ஒரு மாதிரி இருக்கு உடம்பு முடியலையா." என்று கேட்டாள் கௌசல்யா.

"கௌசல்யா நீ நினைக்கிற மாதிரி எல்லாம் இங்க இல்ல டி அடிக்குறாங்க சாப்பாடு தண்ணி எல்லாம் கொடுக்-காம டார்ச்சர் பண்றாங்க டி எனக்குச் சுத்தமா முடியல, இப்ப கூட யாருக்கும் தெரியாம தான் போன் பேசுறேன்" வெளியே எட்டிப் பார்த்தபடியே அவசர அவசரமாகப் போன் பேசினான் தினேஷ்.

அவள் மிகவும் சாதுவானவள் ஏதாவது சிறிய விஷயம் என்றாலே அச்சப் படுவாள், பார்ப்பதற்குத்தான் பணக்கார தன்மையோடு மிடுக்காக இருப்பாளே தவிர அவள் ஒரு குழந்தை மனம் உடையவள். தினேஷம் கிட்டத்தட்ட அதே போல் தான் பயப்படும் குணம் மிகவும் அதிகம்.

அவனுக்கு அவளை விட்டால் வேறு யாரையும் தெரி-யாது.

"இனிமேல் சத்தியமா குடிக்க மாட்டேன் எனக்குப் பயமாயிருக்கு."

"தெளிவா சொல்லுங்க, அழாதடா."

"நான் வைக்கிறேன் யாரோ வர மாதிரி இருக்கு."

"ஹலோ, ஏய் தினேஷ்" கௌசல்யா மிகவும் பயந்தாள், குழப்பத்தில் ஆஃபீஸிலிருந்து கிளம்பினாள்.

உதவி என்று கேட்கக் கூட யாருமே நமக்கு இல்லையே இப்பொழுது என்ன செய்வது என்று அவள் குழப்பம் அடைந்தாள்.

ஓனர், தினேஷ் பேசிய அனைத்தையும் கேட்டுவிட்டார் மனதிற்குள் வேறொரு திட்டத்தைப் போட்டார். தன்னுடைய ஆட்களை எல்லாம் கூப்பிட்டுக் கொண்டு வாசல் அருகே சென்றார், "டேய் கவனமா கேளுங்க டா அந்தத் திருட்டு பையன் போன போட்டு எல்லா விஷயத்தையும் அவன்

பொண்டாட்டி கிட்ட சொல்லிட்டான் டா."

"அண்ணா என்ன சொல்ற."

"சொல்றதை கேளு இடத்தை எல்லாம் சுத்தம் பண்-
ணுங்க டா, இந்தச் சங்கிலி, பெரம்பு இதெல்லாம் எங்கே-
யாவது மறச்சி வைங்க , மாடி ரூம் எல்லாத்தையும் சுத்தம்
பண்ணிவிடுங்க, நான் கார்பன்டர் சொல்லிடுறேன். அவன்
பொண்டாட்டி கண்டிப்பா வருவா அவ பார்க்கும்போது எல்-
லாம் சரியா இருக்கணும் புரியுதா."

"சரிங்க அண்ணா."

"அவ வந்து போகட்டும், அப்புறம் இருக்கு இவனுக்கு."

"அண்ணா போலீஸ்…. ஏதாவது பிரச்சனை வருமா
என்ன."

ஓனர் சற்று அமைதியானார். "இல்ல நான் பாத்துக்கு-
றேன் குமரன் கிட்ட ஒரு வார்த்தை சொல்லி இருக்கேன்."

வேலையாட்கள் வேகவேகமாக இடத்தை சுத்தம் செய்-
தார்கள், நோயாளிகளுக்குப் புதுத் துணிகள் காரில் வந்தது,
அனைவருக்கும் துணிகளைக் கொடுத்தார்கள், மாடியில்
உள்ள இரத்தக்கரை, வாந்தி எல்லாம் பிளீச்சிங் பவுடர்
போட்டு நன்றாகக் கழுவி சுத்தம் செய்தார்கள். இடமெல்-
லாம் ரூம் ஸ்ப்ரே அடித்தார்கள் சிலருக்கு அது வியப்பாக
இருந்தது, சிலருக்கு அது எதற்கு என்று தெரிந்தது.

கார்பென்டர் வெளியே நின்று கொண்டிருந்தார்கள்.
"அந்தப் பக்கம் தான் சீக்கிரம்" என்றார் தேவா. வேகவேக-
மாக அனைத்து வேலைகளையும் செய்து முடித்துவிட்டார்-
கள். வேலையாட்கள் வியர்த்து விறுவிறுத்துக் கிடந்தார்கள்.

ஓனர் அனைவரையும் ஓர் இடத்திற்கு வரச் சொன்னார்.
"யார் வந்து எதைக் கேட்டாலும், நாங்க சொல்றத தான்
நீங்க சொல்லணும் புரியுதா." தினேஷிற்குச் சந்தேகம் வர
ஆரம்பித்தது. ஓனர் தினேஷை பார்த்தார், அவன் தலை
குனிந்தபடி ஏதோ யோசித்துக் கொண்டிருந்தான்.

ஓனர் கணக்குப் போட்டபடியே தினேஷின் மனைவி
கெளசல்யா அடுத்த நாள் காலையிலேயே மறுவாழ்வு

மையத்திற்குச் சொல்லாமல் கொள்ளாமல் வந்தாள். ஒனர் எதுவும் தெரியாதபடி வெளியே வாசலில் சேர் போட்டு உட்-கார்ந்து கொண்டிருந்தார், நாய்களுக்குப் பிஸ்கட் போட்டுக்-கொண்டிருந்தார்.

"வாங்கம்மா என்ன திடீர்னு."

"சார் என்ன சார் பண்றீங்க, அடிக்கிறீங்க சாப்பாடு எல்-லாம் போடாம மாடியில் கட்டி டார்ச்சர் பண்றீங்க" என்று வேகமாகக் கத்தினாள்.

"மேடம் பொறுமை மேடம்" என்று பதற்றம் இல்லாமல் பேசினான் ஒனர்.

"என்ன சார் பொறுமை, அவருக்கு என்ன ஆச்சோ ஏதாச்சோ எனக்கு அவ்வளோ பயமா இருக்கு தெரியுமா."

"மேடம் என்ன மேடம் சொல்றீங்க நீங்க, சரி நீங்களே உள்ள போய்ப் பாருங்க."

வேலை செய்யும் ஆட்கள் வெளியே வந்து கௌசல்-யாவை வரவேற்றார்கள் கௌசல்யா அவர்களைக் கவனிக்-கவில்லை . வேகவேகமாக உள்ளே சென்றாள். இடம் அனைத்தும் சுத்தமாக இருந்தது. நல்ல சாப்பாடு தயாராகிக் கொண்டிருந்தது, எல்லோரும் நல்ல ஆடை உடுத்திக் கொண்டிருந்தார்கள். ஓரமாக அமர்ந்து தேநீர் குடித்துக் கொண்டிருந்தான் தினேஷ், ஆனால் அவன் அப்போது கௌசல்யாவைப் பார்க்கவில்லை.

"பாருங்க மேடம் என்ன பிரச்சனை."

கௌசல்யா அவர்கள் பேசுவதைக் காதில் கூட வாங்கிக் கொள்ளவில்லை.

"ஏங்க" என்றாள் கௌசல்யா.

தினேஷ் ஓடி வந்து நடந்த உண்மைகளை எல்லாம் கூறி-னான், கட்டிப்பிடித்துக்கொண்டு அழுதான். இருவரும் காத-லித்துத் தான் திருமணம் செய்துகொண்டார்கள். அவ்வ-ளவு காதல், ஒரு நாள் அவளுடன் பேசவில்லை என்றால் கூட இவன் ஒரு மாதிரி ஆகி விடுவான். காதலிக்கும் ஆரம்பத்திலேயே குடிப்பழக்கத்தை நிப்பாட்ட சொன்னாள்

கௌசல்யா. திருமணத்திற்குப் பிறகு அந்தக் குடி தன்னு-
டைய வாழ்க்கையை எவ்வளவு மாற்றும் என்று அவள் சற்-
றும் எதிர்பார்க்கவில்லை மிகவும் வற்புறுத்திச் சண்டையிட்டு
தான் அவனை இங்கே கொண்டு வந்து சேர்ந்தாள். தினே-
ஷிற்குக் குடிக்க முடியாது என்பது மிகப்பெரிய வருத்தம்
கௌசல்யாவை தினமும் பார்க்க முடியாது என்பதும் மிகப்-
பெரிய வருத்தம்.

"கௌசல்யா நம்ம வீட்டுக்குப் போலாம் என்னால
முடியல டி இனிமே குடிக்க மாட்டேன்."

"என்ன சார் நடக்குது இங்க."

"டேய் அவரை முதல்ல கூட்டிட்டு போங்க டா."

கௌசல்யாவை இருக்கமாகக் கட்டிப் பிடித்துக் கொண்-
டிருந்தான். அவள் குழப்பத்தில் தினேஷ் 'ன்' பிடியிலிருந்து
விலகினாள், வேலையாட்கள் அவனை அழைத்துச் சென்-
றார்கள்.

"அவங்க என்ன அடிப்பாங்க டி என்ன கூட்டிட்டு
போயிடு."

"சார் என்ன சார்" என்று ஓனரிடம் கேட்டாள்.

"மேடம் நீங்க மத்தவங்களை எல்லாம் கேளுங்க, இவரு
குடிவெறியில தான் இப்படி எல்லாம் பேசுறாரு நீங்க பஸ்ட்
வெளிய வாங்க." சொல்லி வைத்தபடியே மற்றவர்கள் எல்-
லோரும் பொய்களைத் தான் கூறினார்கள்.

"மேடம் சொல்றதைக் கொஞ்சம் கேளுங்க மேடம் ப்ளீஸ்,
குடிக்கணும்ணு அவங்க மைண்ட் செட் இருக்கு, அதுக்காகக்
கத்துவாங்க அழுவாங்க சண்டை போடுவாங்க கொஞ்சம்
பேரு இப்படிதான் பண்ணுவாங்க வீட்டுக்குப் போகணும்ணு
சொல்லி எமோஷனலா வீட்ல இருக்கிறவங்க கிட்ட பாசமா
பேசுவாங்க. உங்கள மாதிரி கொஞ்ச பேர் வந்து கூட்டிட்டு
போய் இருக்காங்க ஆனா அவங்க குடியை நிப்பாட்டின-
தில்ல அதனால தான் நாங்க எங்க செல் அலோவ் பண்றது
இல்ல."

"என்ன சார் சொல்றீங்க."

"உங்க விருப்பமா நீங்க அவர இப்ப கூடக் கூட்டிட்டுப் போகலாம். ஆனா நான் எழுதி கூடத் தரேன் அவர் வீட்-டுக்குப் போய்க் குடிக்கத்தான் செய்வாரு." அங்கு வேலை செய்யும் ஒருவன் ஓனர் அருகே வந்தான். "மேடம் உங்-களுக்குச் சந்தேகம்னா எல்லாரையும் கேளுங்க, அவங்க மைண்ட் ட்ரிங்க்ஸ்க்காக என்ன வேணும்ம்னாலும் பண்ண சொல்லும் நீங்க இப்படி வந்து பாதியில அவர்கிட்ட பேசு-றதே அவர் ட்ரீட்மென்ட் டிஸ்டர்ப் பண்ணனும்." கௌசல்யா மிகவும் குழப்பத்தில் இருந்தாள், அவளுடைய கண்களை இருவரும் கவனித்தார்கள் "மன்னிச்சுடுங்க சார்."

"அட பரவாயில்லை மேடம், வாங்க என் கார்லயே பஸ் ஸ்டாண்ட்ல விட்டுர்றேன் நீங்க எதுவும் ஃபீல் பண்ணாதீங்க நல்லதே நடக்கும்."

நிர்மலுக்கு ஹாஸ்டல் வாழ்க்கை மிகவும் விரக்தியாக இருந்தது , அது அவனை மேலும் ஒரு மந்தமான மாண-வனாக மாற்றியது, அவன் வயது நண்பர்களே அவனுக்கு அறிவுரை சொல்வார்கள் என்றால் பார்த்துக்கொள்ளுங்கள் அவன் எப்படிப்பட்ட நிலையில் உள்ளான் என்பதை நீங்கள் புரிந்து கொள்வீர்கள்.

உமா கூறும் வார்த்தைகள் அவ்வப்போது அவனுடைய மனதிற்குள் வந்துச்செல்லும். "ஒழுங்கா படிப்பா இந்த மார்க் எல்லாம் பத்தாது" அவனும் கிடைக்கும் நேரம் எல்லாம் படித்துக் கொண்டே தான் இருப்பான் ஆனால் மதிப்பெண்-ககளை பெரியதாக அவனால் எடுக்க முயலவில்லை.

"மத்தவங்க கிட்ட எல்லாம் காசு இருக்கு, அவங்க ஊர் சுத்துவாங்க விளையாடுவாங்க நம்மகிட்ட காசு இல்லை" என்று உமா கூறியது அவனுக்கு நினைவுக்கு வந்தது. உமா இதைப்போல் வார்த்தைகளைக் கூறி அவனை அச்சுறுத்தி தான் வளர்த்தாள். அவனுக்குள் தாழ்வுமனப்பான்மையும், பொறாமையும் ஒரு விதத்தில் அதிகமாக வளர இதுவும் ஒரு காரணம் தான்.

"எக்ஸாம்பிள் சம்ஸ் எல்லாம் நான் போடறேன் எக்சர்-சைஸ் சம் எல்லாம் நீங்க போடுங்க ஓகேவா." அனைவரும் ஒன்றாக "ஓகே மிஸ்" என்று பாடினார்கள். கணக்கு சொல்-லித் தரும் ஆசிரியை தாரணி. எல்லா மாணவ மாணவி-களுக்கும் இவள் மீது சற்றுப் பிரியம் அதிகம் மற்ற ஆசி-ரியர்கள் மாணவர்களை வா, போ என்று அழைக்கும்போது இவள் மட்டும் தன்மையாக வாங்கப் போங்க என்று பேசு-வாள். நிர்மலின் மீது இவளுக்குச் சற்றும் அக்கறை அதிகம்.

"சம்ஸ் புரிஞ்சுதா பா நிர்மல்."

நிர்மலின் நிலை என்னவென்று உமா தாரணியிடம் ஒரு நாள் கூறினாள். அவளுக்கும் அதே போலத் தாழ்வுமனப்-பான்மையும், பயமும் மிகவும் அதிகம். அவளும் தாழ்வு மனப்பான்மையுடன் வளர்ந்ததால் தான் இவ்வளவு சிரமத்-திற்கு ஆளாகி....... அதேபோல் இவனும் வந்துவிடக்கூடாது என்பதற்காகத்தான் நிர்மலின் மீது தாரணிக்கு ஒரு தனி அக்கறை. இன்று அவன் போட்டிருக்கும் ஷூ கூட அவள் வாங்கிக்கொடுத்ததுதான். உண்மையைச் சொல்லப்போனால் தாரணியின் தந்தையும் அதிகமாகக் குடிப்பார், இவளால் நிர்மலன் மனநிலையைச் சுலபமாகப் புரிந்துகொள்ள முடிந்-தது.

உமா தன்னுடைய வேலையிலிருந்து விலகினாள். கையில் ஒரு வேலையை வைத்துக் கொண்டு தான் வெளியே வந்தாள் ஆனால் அவளுடைய கெட்ட நேரம் புதிய நிறுவன ஆட்கள் அவளை வேண்டாம் என்று கூறி விட்டார்கள். பிடிக்காத வேலை பிடிக்காத சம்பளம், இருந்-தாலும் கடைசி நாள் நிறுவனத்திலிருந்து வெளியே வரும்-போது அழுதுகொண்டே வந்தாள். அடுத்த வேலையை எப்-படித் தேடிக் கண்டுபிடிப்பது, என்ன செய்வது என்ற குழப்பம் அவளை உலுக்கியது இந்தச் சம்பளத்தில் என்ன செய்வது மகனை எப்படிப் பார்த்துக் கொள்வது என்று பல எண்ணங்-கள் அவளுக்குள் ஓடிக்கொண்டிருக்கும்.

சொல்லப்போனால் அவளுடைய நண்பர்கள் மீது அவளுக்குச் சற்றுப் பொறாமை அதிகம். அவர்கள் ஒன்றும் பெரிய பணக்கார வாழ்க்கை எல்லாம் வாழவில்லை ஆனால் அவர்கள் வாழ்க்கையின் மீது விரக்தி அடையா-மல் வாழ்ந்து கொண்டிருந்தார்கள், இதுவே அவளுக்கு ஒரு பெரிய ஆச்சரியமாக இருந்தது.

பல நாட்கள் அலைச்சலுக்குப் பிறகு தாரணியின் உதவி-யுடன் ஒரு பெரிய கார்பிரேட்டில் ஹவுஸ் கீப்பிங் வேலை இவளுக்குக் கிடைத்தது, அவளுக்கு அவ்வளவு சந்தோஷம்.

மறுவாழ்வுனமய்யத்தில் அனைவரும் காலை உணவை வாங்கிக் கொண்டிருந்தார்கள். தட்டுக்களை எல்லாம் தரை-யில் வைத்துவிட்டுப் பிரார்த்தனை செய்யத் தொடங்கினார்-கள். "எல்லாரும் உட்கார்ந்து சாப்பிடலாம்."

மதிய நேரத்திலும் இதே போல் அமைதியாகப் பிரார்த்-தனை செய்தார்கள். தூரத்தில் எங்கோ பேருந்தின் ஹாரன் சத்தம் சிவன் காதில் பட்டது. திடிரென்று கண்களைத் திறந்-தான், சுற்றி முற்றி பார்த்தான். எல்லோரும் கண்களை மூடி பிரார்த்தனை செய்து கொண்டிருந்தார்கள். சத்தம் எந்தத் திசையில் வந்தது என்று அவனால் சரியாகக் கண்டறிய முடியவில்லை. எப்போதும் மனிதர்களின் பேச்சுச் சத்தம் நச நசவென்று கேட்டுக்கொண்டே இருந்தது.

அவன் எவ்வளவு முயற்சி செய்தும் அவனால் சில நாட்-களுக்கு எங்கிருந்து சத்தம் வருகிறது என்று கண்டறிய முடி-யயவில்லை,

ஒருநாள் அதேபோல் இரவு நேரத்தில் அமைதியாகப் பிரார்த்தனை நடந்து கொண்டு இருந்தது.......வாகனங்கள் சத்தம் அவனுக்குக் கேட்டது.

எந்தத் திசையிலிருந்து சத்தம் வருகிறது என்று கண்-டறிந்துவிட்டான், சந்தோஷத்தில் கண்களைத் திறந்து சுற்றி முற்றிப் பார்த்தான், ஆனால் அவன் உடம்பில் தப்பிக்கச் சற்றும் தெம்பு இல்லை நோய்வாய்ப்பட்டுக் கிடந்தான். அவர்கள் கொடுத்த மருந்து மாத்திரைகள் சிவனின் இரத்-

தத்தின் சூட்டைக் குறைத்தது, உடல் மெலிந்து கிடந்தான்.

நள்ளிரவின் அமைதி, மாடியில் தினேஷ் அலறும் சத்தம் சிவனிற்குக் கேட்டது, இத்தனை நாட்கள் ஆகியும் அவன் அங்கேதான் கிடக்கிறான் அவனுடைய நிலைமையை நினைத்து வருத்தப்படக் கூட இங்கு யாருக்கும் தெம்பு இல்லை. அவன் பொறுமையாக அடுத்து என்ன செய்வது ஏது செய்வது என்று சிந்தித்துக் கொண்டிருந்தான்.

வாகனங்களின் சத்தம் கேட்டது, இங்கிருந்து சாலைக்கு எவ்வளவு தூரம் இருக்கும் என்பதையும் கணக்கிட்டான். நைட் லேம்ப் வெளிச்சம்........ தூங்கிக்கொண்டு இருக்கும் யாரையும் மிதித்து விடக் கூடாது என்பதில் ஜாக்கிரதையாக இருந்தான் வாசல் கேட் அருகே சென்றான் சத்தம் வராதபடி பொறுமையாகக் கேட்' ஐ' தட்டினான். அங்கிருந்த காவலாளி எழும்பவில்லை மீண்டும் ஒருமுறை தட்டினான்.

யோசித்துக் கொண்டிருந்தால் நேரம்தான் வீண் என்று சிவனிற்கு நன்றாகத் தெரியும். திட்டத்தை உடனே செயல்படுத்தத் தொடங்கினான், தூக்கத்திலிருந்து எழுந்தார் அந்தக் காவலாளி. "என்ன"

"அண்ணா பாத்ரூம் போகணும்."

அவர் சத்தம் வரும்படி தான் கேட்டை திறந்தார், அது இவனுக்கு மிகவும் கோபத்தை உண்டாக்கியது. "அந்தக் கதவு இல்லாததுக்கு பக்கத்துல போ." காவலுக்கு இருந்தவன் சற்றுத் தள்ளி நின்றான், அருகே இருந்த இன்னொரு கழிவறையில் வெகுநேரமாக ஒரு நோயாளி இருந்தான் அவனை வெளியே வரச் சொல்லிச் சத்தமிட்டார். நோயாளியிடம் இருந்து எந்தப் பதிலும் வரவில்லை.

"டேய் உன்ன தானே." கோவத்தில் கழிவறைக்குள் சென்று அவனை உதைத்தார். "அடிங்க எவ்வளவு வாட்டி கூப்பிடுறேன் பதில் சொல்லத் தெரியாதா."

இதையெல்லாம் சிவன் கேட்டுக் கொண்டபடியே இருந்தான். அங்கிருந்த இரும்பு வாலியுடன் எழுந்து பக்கத்து கழிவறைக்குச் சென்று சத்தம் வராதபடி அந்த வேலைக்-

காரன் தலையில் ஓங்கி அடித்தான், அடித்த உடனேயே அதிர்வும், இரத்தமும் அவன் தலையிலிருந்து வர ஆரம்-பித்தது.

இவன் அந்தக் காவலாளியின் வாயை இறுக்கமாகப் பிடித்துக் கொண்டான் உள்ளே இருந்த மற்றொரு வேலைக்-காரன் சுற்றி என்ன நடக்கிறது என்று கூடத் தெரியாமல் தேவாவின் அறையில் ஆழ்ந்த தூக்கத்திலிருந்தான்.

அந்தக் காவலன் மயங்கி விழுந்தான். அவன் மயங்கி விட்டான் என்பதைச் சிவன் உறுதி செய்து கொண்டான், சுற்றி முற்றிப் பார்த்து அவன் வாயிலிருந்து கைகளை எடுத்தான். அவனை ஒரு ஓரமாக நகர்த்தி வைத்தார்கள் இரத்தம் பொறுமையாக வடிய ஆரம்பித்தது, மற்றொருவன் சிவனுக்கு உதவினான். அவனின் பெயர் ஹென்றி, வெளியே இரண்டு நாய்கள் இருக்கிறது. சிசிடிவியில் சிக்கிக் கொள்வோம் என்று இருவரும் பயந்தார்கள் சில நொடி அமைதி நிலவியது.

"வெளிய ரெண்டு நாய்ங்க இருக்குமே என்ன பண்றது" என்றான் ஹென்றி.

சிவன் வெளியே எட்டிப்பார்த்தான் அந்த நாய்கள் கட்-டப்பட்டு இருந்தன.

"இப்ப என்ன பண்ண."

"வெளியே நாய்களை கட்டிப் போட்டு தான் இருக்கா-னுங்க."

இருவருக்கும் பயத்தில் வியர்த்துக் கொட்டிக் கொண்டி-ருந்தது. பின் கதவிருக்கும் வழியை நோக்கிச் சென்றான் சிவன். ஹென்றியும் என்ன ஏது என்று கூடக் கேட்காமல் சிவனைப் பின் தொடர்ந்து சென்றான். பின்கதவு அங்குப் பூட்டப்பட்டு இருந்தது. அந்தக் காம்பவுண்டு சுவர் வழியாக எகிறி குதித்து விடலாம் என்று முடிவு எடுத்தான். ஆனால் அந்தக் காம்பவுண்ட் சுவரில் கண்ணாடிகள் எல்லாம் போட்டு இருந்தது. வேறு வழியே இல்லை முன் வாசல் வழியாகத்தான் சென்றாக வேண்டும். முன் கேட்டு வழியை

நோக்கி சத்தம் வராமல் வேகமாக நடந்து வந்தார்கள். சிசிடிவி அனைத்தையும் பதிவு செய்து கொண்டிருந்தது . "என்ன பண்ண." என்று கேட்டான் ஹென்றி.சிவன் எந்தப் பதிலும் அளிக்கவில்லை அவனைப் பின்தொடர்ந்து சென்றான்.

உள்ளே இருந்த காவலன் எழுந்து வந்தது வெளி கேட் திறந்து இருப்பதைப் பார்த்துப் பதற்றமடைந்தான். "குமாரே கேட்டு என்ன, பாரு" சிவனும் ஹென்றியும் கேட்......... வந்தார்கள்.

"ஏ..... நீங்க என்னடா" என்று சத்தம் போட்டான். முன் கேட்டை நோக்கி இருவரும் ஓடிவந்தார்கள். சாமர்த்தியமாகக் கேட்டிற்குப் பூட்டிட்டார்கள். "டேய் குமாரு" என்று அவன் சத்தமிட்டான். அனைவரும் எழுந்தார்கள் பின் கேட்டை நோக்கி வேகமாக ஓடினான்.

"ஏய், ஏய்" உள்ளே இருந்து மற்ற நோயாளிகள் சத்தத்தைக் கேட்டு எழுந்தார்கள்.

"டேய் மரியாதையா கதவத் தரங்க, உயிரை எடுத்துடுவோம்." கம்பிகளுக்கு நடுவே கைகளை விட்டு மிரட்டினான், சிவன் வாளியை எடுத்து வேகமாக அவன் கையில் ஓங்கி அடித்தான். அவனுடைய கைகளைச் சட்டென்று உள்ளே இழுத்துக் கொள்ள அவனால் முடியவில்லை. மீண்டும் ஓங்கி அடித்தான். "தேவடியா பையா" என்றான் சிவன்.

"அம்மா●●●.." அவன் கையைப் பிடித்து வெளியே இழுத்தான் அவன் பேண்ட் பாக்கெட்டில் இருந்து போனையும், பணத்தையும் எடுத்தான் நாய்கள் குரைத்துக் கொண்டே இருந்தது. "உள்ளே இருந்து என் போன், துணிமணி எல்லாம் எடுத்துட்டு வர சொல்லு.." இன்னொரு வேலைக்காரன் உள்ளே சென்று அவனுடைய பொருட்களெல்லாம் எங்கிருக்கிறது என்று தேடிக் கொண்டிருந்தான்.

பல பைகள் குப்பைகளைப் போல் இருந்தது அதில் சிவனுடைய பொருட்கள் இருக்கும் பையை எடுத்துக்-

கொண்டு வந்தான். "அவன் கையை விடு."

ஹென்றி குடு குடு வென்று அந்தப்பக்கம் ஓடிச்சென்று லேண்ட்லைன் ஒயயரை கட் செய்தான். பாத்ரூமில் மயங்கிக் கிடந்தவன் போனையும், பணத்தையும் எடுத்துக் கொண்-டான். நாய்களின் குறைச்சலை அவனால் தாங்க முடிய-வில்லை.

அதில் அவனுடைய செல்போனும் இரண்டு துணிகளும் இருந்தது. அந்த வேலைக்காரனின் கைகளை விட்டான். "அம்மா" என்று அலறினான். சிவனும் ஹென்றியும் ஓட்-டத்தைத் தொடங்கினார்கள். உள்ளே இருந்தவர்கள் பயந்-துபோய்க் கிடந்தார்கள். அவன் வலியில் அலறிக்கொண்டு இருந்தான் . இன்னொரு வேலையால் வேகமாக ஒனரின் அறைக்குச் சென்று லேண்ட்லைன் அடித்துப் பார்த்தான் எந்தச் சத்தமும் வரவில்லை. மீண்டும் அடித்துப் பார்த்தான், அறையிலிருந்து வேகமாக வெளியே வந்தான்.

"லேண்ட் லைன் கட் பண்ணிட்டாங்க, இப்ப அண்ணா வந்தா என்ன சொல்றது."

மற்ற நோயாளிகள் மனதிற்கும் சில திட்டங்கள் தோன்-றியது, ஆனால் வாய்ப்பை பயன்படுத்திக் கொள்ளும் அளவுக்கு யாருக்கும் தைரியமில்லை "இப்ப அண்ணன் கிட்ட என்னய்யா சொல்றது, சரி விடு நீ உன் கையைப் பஸ்ட் பாரு."

"குடிகார பரதேசி."

சில மணி நேரத்தில் ஒனர் வந்துவிடுவார், அதுவரை காத்திருக்க வேண்டும் என்று முடிவெடுத்தார்கள். சிலர் கூச்-சலிட ஆரம்பித்தார்கள். பிவிசி பைப் எடுத்துக் கண்மூ-டித்தனமாக அனைவரின் முதுகிலும்,தலையிலும், காலிலும் அடித்தான் ஒரு வேலைக்காரன் ,பேச்சுச் சத்தம் குறைந்தது. "சத்தம்......." என்று அவன் மற்ற நோயாளிகளை அதட்-டினான்.

ஒனரின் கார் சத்தம் கேட்டது, நாய்கள் குரைக்க ஆரம்-பித்தது.

"டேய் அண்ணன் டா."

"வரட்டும்..." எழுந்து கேட்டு அருகே சென்றான். கார் வாசலின் முன் வந்து நின்றது அவர் எதையும் கவனிக்க-வில்லை போன் பேசிக் கொண்டே வெளியே இறங்கினார்.

"அண்ணா."

"டேய், போன் கட் பண்ணு" ஓனர் அதிர்ச்சியடைந்தார்.

"அண்ணா வெளிய அவன பாருங்க அண்ணா."

"டேய் என்னடா ஆச்சு."

"குமார பாருங்க அண்ணா, சத்தத்தையே காணோம்."

"என்னடா ஆச்சு" கல்லை எடுத்துப் பூட்டை உடைத்-தார்.

"அண்ணா அந்த ஹென்றியும், சிவனும் தான் நா."

நடந்த அனைத்தையும் ஓனர் புரிந்துகொண்டார். "சும்மா விடக்கூடாது" ஓனர் போனை எடுத்து தன்னுடைய நண்-பர்களுக்கு அடித்தார். சிவனும் ஹென்றியும் வேகவேகமாக ஓடிக் கொண்டு இருந்தார்கள். இருவரின் உடம்பிலும் சற்றும் கூடத் தெம்பு இல்லை அதிகமாக வியர்த்துக் கொண்டிருந்-தது, ஆங்காங்கே சில மரங்கள் சரியான சாலை என்று கூட எதையும் அவர்களால் கண்டுபிடிக்க வில்லை. காய்ந்து போன சில மரங்கள், சாகப்போகும் சில மரங்கள், விடி-யற்காலையில் வெளிச்சம், சிவன் நடப்பதை நிறுத்தினான் பொறுமையாக நின்று எந்தத் திசையில் செல்ல வேண்டும் என்று யோசித்துக் கொண்டு இருந்தான்.

வாகனங்களின் சத்தம் கேட்கிறதா என்று கவனிக்கத் தொடங்கினான்.

"எங்க போறது" என்று கேட்டான் ஹென்றி.

7

அமைதியாக நின்று எந்தத் திசையிலிருந்து வாகனங்களின் சத்தம் வருகிறது என்று கவனிக்கத் தொடங்கினான் சிவன்.

"எங்க இப்ப போகுறது ?" என்று கேட்டான் ஹென்றி.

"இந்தப் பக்கம் வண்டிங்க சத்தம் கேட்கிற மாதிரி இருக்கு இப்படிப்..." கை காண்பித்தான் சிவன்.

காடு போன்ற இடத்திற்குள் நுழைந்து சாலையை நோக்-கிச் சென்றுக் கொண்டிருந்தார்கள். அவர்கள் சாலையை நோக்கி தான் செல்லவேண்டும் என்று யோசித்தார் தேவா. "டேய் அந்த வழி வேண்டாம் இப்படிப் போலாம்" என்றார் தேவா.

பயத்தில் வேகமாக ஓடிக்கொண்டிருந்தார்கள். ஓனரின் நண்பர் ஒருவர் காரில் வந்தார், சில நிமிடங்களிலேயே இன்னொரு நண்பரும் பைக்கில் வந்தார். அடிபட்டுக் கிடந்த.... காரில் ஏற்றினார்கள்.

"பத்திரம், சீக்கிரம் ஹாஸ்பிடல் போயிடு."

மற்று நண்பர்களுக்கு ஓனர் விஷயத்தைக் கூறிவிட்டார். அவர்கள் ஹைவேஸ் அருகே சிவனையும் ஹென்றினையும் தேடிக்கொண்டிருந்தார்கள். ஓனர் மறுவாழ்வு மையத்திற்குப் பூட்டை போட்டுக் கிளம்பினார். உள்ளே இருப்பவர்கள் முணுமுணுத்துக் கொண்டிருந்தார்கள்.

"எவனாச்சும் ஏதாவது பண்ணுங்க.." என்று மிரட்டினார் தேவா.

ஓனர் பைக் 'ல்' வேகமாகச் சென்றுக்கொண்டிருந்தார்.

"காவலுக்கு இருந்தாங்க இல்ல."

"ஆமாண்டா."

"அப்போ கூட எப்படி டா தப்பிச்சாங்க" என்று அவர்-
களுக்குள் பேசிக் கொண்டிருந்தார்கள்.

"டேய் அதெல்லாம் அப்பறம் பேசலாம்." என்றார் தேவா.

தேவாவின் கவனமெல்லாம் அவர்கள் மீதுதான் இருந்-
தது. தேவாவின் பைக்கில் பிவிசி பைப், கயிறும் ஒன்று
இருந்தது.

மதிய நேரம், சிவனும் ஹென்றியும் ஹைவேஸ் 'ஐ' கண்டு-
பிடித்துவிட்டார்கள். வேகமாக ஒரு தனியார் பேருந்து சென்-
றது, பிறகு ஒரு காரும் சென்றது, அதன் பிறகு வாகனங்-
கள் எதுவும் பெரிதாக வரவில்லை. ஹைவேஸ் ஓரமாகப்
புதர் போல் கிடக்கும் பகுதியில் நடந்து கொண்டிருந்தார்கள்,
வேகமாக ஒரு பைக் சென்றது.

ஓனரின் நண்பர்கள் சிவனையும் ஹென்றியும் ஹைவேஸ்
'ல்' தேடிக்கொண்டிருந்தார்கள்.

"அவங்க கண்டிப்பா இங்க தான் இருப்பாங்க."

"அப்ப என்ன பண்றது?" என்று மூச்சு வாங்கிக்
கொண்டே கேட்டான் ஹென்றி.

சில நொடிகள் அமைதி காத்தான் சிவன். "அதான்
எனக்கும் தெரியல."

"சரி அப்ப இங்கே எங்கேயாவது இருப்போம்."

தேவாவின் ஆட்கள் தொடர்ந்து தேடிக்கொண்டே இருந்-
தார்கள். "அங்க ஒரு பில்டிங் இருக்கே அங்க போலாம்"
என்றான் தேவா. பைக்கில் அந்த அபார்ட்மெண்ட் நோக்கிச்
சென்று கொண்டிருந்தார்கள்.

சுற்றி முற்றி அங்கிருந்த எல்லா இடத்தையும் அலசி
ஆராய்ந்தார்கள். "அங்க தள்ளி ஒரு குவாரி இருக்கே
அங்க போய்ப் பாப்போமா?"

"சீக்கிரம் வண்டியை எடு." அந்த இடத்தை நன்றாகத்
தேடி விட்டார்கள். "எங்கயா போய் இருப்பானுங்க குடிகா-

ரனுக நமக்கு ஆட்டம் காட்டுறாங்க.”

.... ஓனரும், நண்பரும் பைக்கில் சென்று கொண்டிருந்தார்கள். சிவன் அதைத் தூரத்திலிருந்து பார்த்-தான்.

“ஏய்.”

“என்ன ஆச்சு.”

“அங்க பாரு அவனுங்க பைக்ல நம்மல தான் தேடிட்டு இருக்கானுங்க.”

“இப்ப எங்க போறது?” என்று கேட்டான் ஹென்றி.

புதர் ஓரமாகவே வெகுதூரம் பொறுமையாக நடந்து சென்றுகொண்டிருந்தார்கள். தூரத்தில் ஓனரின் கார் இருப்-பதைப் பார்த்தான் சிவன்.

“நில்லு ..”

“என்ன ஆச்சு?”

அங்கே தேவாவின் நண்பர்கள் சிலர் பைக்கில் தேவா அருகே வந்தார்கள் “சுத்தி முத்தி பார்த்தாச்சு டா அவங்க இங்கதான் எங்கயாவது இருக்கணும்.”

”இந்த இடமெல்லாம் இறங்கி தேடுங்கடா” என்றான் தேவா.

தேவாவைப் பார்த்ததும் பயந்து ஹைவேஸ் கீழிருக்கும் கால்வாயில் மறைந்தார்கள். தேவாவும் அவனுடைய ஆட்-களும் இறங்கித் தேட ஆரம்பித்தார்கள்.

“சத்தம் போடாத” என்றான் சிவன். இருவரின் உடம்பி-லும் அவ்வளவு பயம்.

“அந்தப் பக்கமா போயிடலாம்” என்று கூறியபடி கை காண்பித்தான் கால்வாயில் சத்தம் வராமல் பொறுமையாக நடந்து சென்றுகொண்டிருந்தார்கள். வாகனங்களின் சத்தமும் சற்று தள்ளி இருந்த அவர்களின் தேடுதல் சத்தமும் தான் கேட்டது. ஹென்றியை சத்தம் வராதபடி வேகமாக நடந்து செல்லச் சொல்லி சிவன் வற்புறுத்தினான்.

“வேகமாக நட.”

ஹென்றி வேகமாக நடந்துக் கொண்டிருந்தான், சாக்க-டையில் சாராயப் பாட்டில் 'ன்' கண்ணாடி துண்டு ஒன்று ஹென்றியின் காலில் ஏறியது.

"...அம்மா "என்று வலி தாங்க முடியாமல் சத்தமிட்-டான். சிவன் சற்று கூடத் தாமதிக்காமல் ஹென்றியின் வாயை இருக்கமாகப் பிடித்துக் கொண்டான்.

"அ........." என்று அலறினான்.

"சத்தம் போடாத" என்று காதில் கத்தினான் சிவன்.

வலியில் அழத்தொடங்கினான், கண்ணாடி துண்டுகள் அவன் கால்களை நன்றாகப் பதம் பார்த்துவிட்டது. இரண்டு மூன்று துண்டுகள் ஆங்காங்கே அவனுடைய பாதத்தில் ஆழமாக இறங்கி...... சுற்றி எல்லா இடத்தையும் பார்த்தான். அவ்வளவு கருமையான சாக்கடையிலும் ஹென்றியின் இரத்தம் வெளியே தெரிந்தது.

ஹென்றி கால்களைத் தூக்கினான். அவனுடைய உடல் முழுவதும் நடுங்க ஆரம்பித்தது, வலியில் சத்தமிட்டான். கால்களைப் பார்த்து மிரண்டாள் சிவன். எடுக்க முடியாத அளவிற்குக் கண்ணாடி துண்டுகள் ஆங்காங்கே இறங்கி இருந்தது.

"அம்மா" என்ற அலறல் சத்தம் அப்படிக் கேட்டது. அங்குத் தேடிக்கொண்டிருக்கும் தேவாவின் நண்பன் ஒருவன் சிவனைத் தூரத்திலிருந்து பார்த்து விட்டான். தூரத்தில் இருக்கும் அவனுடைய நண்பர்களுக்குச் சத்தமிடாமல் வரச்-சொல்லி சைகை காண்பித்தான்.

மாட்டிக் கொண்டு விட்டோம் என்பதை உணர்ந்தான் சிவன், தப்பிக்கப் பார்த்தான். ஹென்றியின் காலில் இருந்து இரத்தம் ஓடிக்கொண்டிருந்தது. சத்தம் வராதபடி வேகமாக நடந்தான். ஹென்றியால் நகரக் கூட முடியவில்லை சாய்ந்தபடியே தான் நின்றுகொண்டிருந்தான்.

"என்னையும் கூட்டிட்டு போடா" என்று சிவனைப் பார்த்துக் கத்தினான். சிவன் ஹென்றியின் வார்த்தைகளைக் கேட்டுக் கொள்ளக் கூடவில்லை. தன்னைக் காப்பாற்றிக் கொள்ள வேண்டுமென்பது தான் சிவனின் எண்ணமாக இருந்தது.

"......"என்று கத்தினான் ஹென்றி. சிவனுக்கு ஒரு நொடி மூச்சு நின்றது. திட்டக் கூடச் சத்தமிடக் கூடாது என்பதில் தீர்மானமாக இருந்தான் சிவன்.

8

❦

அவர்கள் இரு புறமும் சுற்றி வளைத்து விட்டார்கள், தேவாவைப் பார்த்துப் பயந்தான் சிவன். பின்னே திரும்பிப்-பார்த்தான் "அண்ணா தெரியாம" என்றான் சிவன்.

"மன்னிச்சுடுங்க சார்."

இருவரையும் காட்டுமிராண்டித்தனமாக அடித்தார்கள், அடித்தவன் காலிலும் ஒரு கண்ணாடி துண்டு ஏறியது, இது-தான் சரியான நேரம் என்று ஒருவனைத் தள்ளி விட்டுத் தப்பி ஓட முயன்றான் சிவன். "டேய், டேய் புடி."

...... அவனுக்கு அப்படி ஒரு அடி விழுந்தது "அம்மா" என்று வலி தாங்க முடியாமல் மயங்கினான், மயங்கிய பிறகும் விடாமல் அடித்துக் கொண்டிருந்தார்கள், தலையைப் பிடித்துக்கொண்டு கீழே சுருண்டு கிடந்தான். இருவரின் கைகளையும் கட்டினான் தேவா "நம்ம இடத்-துக்கு போகலாம் டா."

அவர்களின் உடம்பெல்லாம் சாக்கடையாக இருந்தது, சில நிமிடங்களிலேயே ஒரு டெம்போ வேன் வந்தது. இருவ-ரையும் பன்றியைத் தூக்கிப் போடுவது போல் போட்டார்கள், சாலையில் செல்லுபவர்கள் தங்களைப் பார்த்தால் ஏதாவது பிரச்சினை ஆகி விடுமோ என்ற பயமெல்லாம் தேவாவிற்கு ஒரு துளி கூட இல்லை. "வண்டியை எடு சீக்கிரம்" என்-றான்.

ஒவ்வொரு வாகனங்களாகச் சென்றது, பிறகு டெம்-போவும் பின்தொடர்ந்து சென்றது. மறுவாழ்வு மையத்தை

நோக்கி அனைத்து வாகனங்களும் சென்று கொண்டிருந்தது. பயத்தில் அழத்தொடங்கினான் சிவன். ஹென்றியை எழுப்ப முயற்சி செய்தான், அவனை எட்டி உதைத்தான் ஆனால் ஹென்றி சற்று கூட அசையவில்லை.

"டேய்."

வாகனங்கள் ஒவ்வொன்றாக மறுவாழ்வு மையத்தின் முன் வந்து நின்றது. டெம்போவில் இருந்து வெளியே வந்தார் டிரைவர். உள்ளிருந்த குடிநோயாளிகள் அனைவரும் எழுந்து கேட் அருகே வந்தார்கள். தேவா தன்னுடைய காரில் இருந்து இறங்கினான் "அண்ணா புடிச்சிடிங்களா அண்ணா."

தேவா அவனுக்கு எந்தப் பதிலும் சொல்லாமல் டெம்-போவை நோக்கிச் சென்றான் சிவனை அப்படியே பொத்-தென்று இழுத்து வெளியே போட்டான், பிறகு ஹென்றியை-யும் இழுத்து வெளியே போட்டான்.

பிவிசி பைப்பால் இருவரையும் ஆத்திரம் தீரும் வரை அடித்தான் தேவா. சிவனின்........ ஓலம் மற்ற நோயாளிக-ளுக்கு ஒரு பாடமாக இருக்க வேண்டும் என்று நினைத்-தான் தேவா.

"டேய் போதும் டா நிறுத்து, செத்துடுவொங்க" ஹென்றிக்கு மயக்கம் தெளிந்தது, அவன் காலில் கிடந்த கண்ணாடி துண்டை ஒருவன் வெடுக்கென்று பிடுங்கினான்.

"அம்மா."

இருவரையும் உள்ளே இழுத்துச் சென்றார்கள், அடி மீண்டும் தொடங்கியது. சுற்றி இருந்தவர்கள் எந்தக் கேள்வி-யும் கேட்கவில்லை பயமும் பதற்றமும் அவர்கள் கண்களில் நன்றாகத் தெரிந்தது. சிவன் அடி வாங்கிக்கொண்டே மற்ற நோயாளிகளைப் பார்த்தான்....... யாராவது வந்து உதவ வேண்டுமென்று என்று நினைத்தான்.

"அம்மா."

"இந்தக் கை தான், இந்தக் கை தான " அடிக்கக் கூடத் தெம்பு இல்லாத நிலையிலிருந்தான் தேவா. சிவனிற்கு

உடம்பெல்லாம் பட்டை பட்டையாக வீங்கிக் கிடந்தது, சில இடங்களிலிருந்து இரத்தம் கசிய ஆரம்பித்தது. நேரம் கழித்து அடிப்பதை நிறுத்தினான். சுற்றி இருந்த மற்ற நோயாளிகளைப் பார்த்தான். "இனிமே இந்த மாதிரி பண்ணுங்க.. இதான் பாத்தீங்களா" எல்லோரும் திகைத்துப் போய்க் கிடந்தார்கள்.

"மேல கூட்டிட்டு போங்க டா சோறு தண்ணி எதுவும் கிடையாது."

"அண்ணா மன்னிச்சிடுங்க அண்ணா குடிக்கணும்னு ஏதோ தெரியாம பண்ணிட்டேன்" என்றான் ஹென்றி.

"டேய் நாங்க கிளம்புறோம் ஏதாவது நா சொல்லு."

மூன்று நாட்களாக உணவு தண்ணீர் என்று எதுவும் தரவில்லை. முதல் நாளன்று மாடியில் உள்ள அறையில் எப்படிக் கட்டப்பட்ட நிலையிலிருந்தார்களோ அப்படியே தான் மூன்றாவது நாளன்றும் இருந்தார்கள், சற்று கூட அவர்களால் அசைய முடியவில்லை.

"மாடியில் அவனுங்க சத்தத்தைக் காணோம்."

"அதான் நான் யோசிக்கிறேன், யார்கிட்டயாவது சொல்லலாமா" என்று நோயாளிகள் பேசிக்கொண்டிருந்தார்கள். மூன்றாவது நாள், சிவன் கண்களைத் திறந்தான் எதுவும் சரியாகத் தெரியவில்லை சுற்றி முற்றி பார்த்தான், கண்களை மூடி திறந்து பார்த்தான். ஹென்றி அருகே நகர்ந்து சென்றான், திடீரென்று அவனுக்கு வலிப்பு வர ஆரம்பித்தது.

"அண்ணா.... அண்ணா...." என்று உயிர் போவது போல் கத்தினான் சிவன். இரண்டு நாள் உணவு இல்லை என்றால் கூட அவ்வளவு சத்தமிட்டான், மற்ற நோயாளி- களை அந்தத் திடீர் சத்தம் அச்சுறுத்தியது.

"என்ன அச்சு?" .... நோயாளிகள் பேசிக்கொண்டார்- கள்.

ஒரு நிர்வாகி பொறுமையாக மாடிப்படி ஏறி மேலே சென்று சாதாரணமாக ஜன்னலைத் திறந்தான். "அடங்கு" வேக வேகமாகக் கீழே இறங்கி மருத்துவரிடம் விஷயத்தைக்

கூறினார். இருவரும் மேலே வந்தார்கள்.

ஜன்னல் வழியாகப் பார்த்தார். "ஹாஸ்பிட்டல் கூட்டிட்-டுப் போய்டலாம்" என்றார் மருத்துவர்.

"என்ன சார் அச்சு" சற்றுப் பயந்தான் நிர்வாகி.

"டாக்டர் என்ன ஆச்சு டாக்டர்." என்றான் சிவன்.

"டேய் கீழே அவன இழுத்துட்டுப் போய்க் கழுவி வேற நல்ல துணி போட்டு ஹாஸ்பிடல் கூட்டிட்டு போவோம் அப்-படியே போனா பிரச்சனை வரும்." என்றார் மருத்துவர். மருத்துவர் அவனுடைய கைகளைப் பிடித்துத் தூக்கினார். அங்கு இருக்கும் வேலைக்காரன் அவனுடைய கால்களைப் பிடித்துத் தூக்கினான் அவனுடைய உடல் துடித்துக்-கொண்டே இருந்தது. மாடியிலிருந்து வேகவேகமாக அவனைக் கொண்டு வந்தார்கள். மருத்துவரின் கைப்பிடி நழுவியது. ஹென்றி பொத்தென்று கீழே விழுந்தான். "டாக்-டர்" என்றான் வேலைக்காரன்.

"அவனுக்கு ஏதாவது...... நீங்க தான்டா காரணம்" என்று மாடியிலிருந்து கத்தினான் சிவன்.

கீழே இருக்கும் மற்ற நோயாளிகள் பயந்தார்கள். "சீக்-கிரம் ஆகட்டும்" என்றார் மருத்துவர். வேகமாக உள்ளே சென்று மருந்து ஏதாவது கிடைக்குமா என்று தேடினார், தன்னுடைய அறையை அலசி ஆராய்ந்தார். வேகமாகத் தேவாவின் அறைக்குச் சென்று சரியான மருந்தைத் தேடி-னார். நோயாளிகள் சிலர் என்ன ஆயிற்று என்று மருத்து-வரிடம் கேட்டார்கள், ஆனால் மருத்துவர் எதையும் கண்-டுகொள்ளவில்லை மருந்துகளைத் தேடிக்கொண்டிருந்தார். மருந்து எதுவும் கிடைக்காத கோபத்தில் வேகமாக வெளியே சென்றார்.

அவசர அவசரமாகக் குளிப்பாட்டினார்கள், வேறு ஆடையை மாற்றினார்கள் ஆனால் உடலிலிருந்து சாக்-கடை நாற்றம் செல்லவில்லை. அவனுடைய உடலிலிருந்து சேரும் இரத்தமும் தான் சென்றது.

மருத்துவர் அவனுடைய காயத்தைச் சுத்தப்படுத்திக் கொண்டிருந்தார். "சீக்கிரம் சீக்கிரம்" என்றார். சிறிது நேரத்தில் வலிப்புக் குறைந்தது. டெம்போவில் அவனைத் தூக்கிக் போட்டுக்கொண்டு சென்றார்கள் மற்ற நோயாளிகள் நடந்ததைப் பார்த்துக் கொண்டு இருந்தார்கள்.

"சீக்கிரம், சீக்கிரம் போடா" என்று கத்தினான். டெம்போ வேகமாகச் சென்றுகொண்டிருந்தது.

"அண்ணா எதுவும் பிரச்சனை ஆகாது இல்லன்னா."

மருத்துவர் எதையோ யோசித்துக் கொண்டே இருந்தார். "எத்தனை வாட்டி சொல்லுறேன் மாட்ட அடிக்கிற மாதிரி அடிக்காதீங்கனு" என்று கத்தினான். வண்டி வேகமாகச் சென்றுக்கொண்டிருந்தது.

ஹென்றிக்கு வலிப்பு முழுவதாக நின்றுவிட்டது. "யோவ் நீ கொடுத்த மருந்து மாத்திரை தான் இப்படி" மருத்துவர் கோபம் அடைந்து அவனை ஓங்கிக் குத்தினார். "சார் அடிக்கிற வேலையெல்லாம் வே..."

"எத்தனை பேருக்கு மருந்து தரேன் வேற எவனுக்கும் இப்படி ஆச்சு என் மேல பழிய போட பாக்குறியா ?"

அருகில் மருத்துவமனை என்று எதுவும் இல்லை என்று இருவருக்கும் நன்றாகத் தெரியும். "ஓனருக்கு போன் போடு" என்றார் மருத்துவர்.

"அண்ணா ரொம்பப் பயமா இருக்குன்னா."

. . . .

"வண்டியை நிறுத்து வண்டியை நிறுத்து" என்றார் மருத்துவர்.

"ஏன் சார்."

"நிறுத்துடா நான் பின்னாடி போய் அவனைப் பாக்குறேன்."

"எடு, எடு போகலாம்" ஹென்றியின் நாடியைத் தொட்டுச் சோதித்துப் பார்த்தார், நாடித்துடிப்பு குறைந்து கொண்டே வருவதாக உணர்ந்தார். பயத்தில் மீண்டும் நாடியைச் சோதித்துப் பார்த்தார். அவனுடைய நாடித்துடிப்பு குறைந்து

கொண்டு வருவதை உறுதி செய்தார்.

ஹென்றிக்கு வலுக்கட்டாயமாக ஒரு மாத்திரையைக் கொடுத்தார். அட்டையைக் கசக்கி சாலையில் போட்டார். வாகனம் வேகமாகச் சென்றுக்கொண்டிருந்தது. மீண்டும் நாடியைச் சோதித்துப் பார்த்தார்...... எந்த முன்னேற்றமும் தெரியயவில்லை.

"வேகமா போடா" என்று கத்தினார் மருத்துவர், எதிர் காற்றின் சத்தத்தையும் மீறி அவர் கூச்சலிட்டார்.

"ஏன் சார் என்ன அச்சு அவனுக்கு." மருத்துவர் வேறு எதுவும் பதில் கூறவில்லை.

"ஒன்னும் இல்ல நீ போ" என்று நாடியைச் சோதித்துப் பார்த்தார். அவன் இறந்து விட்டான் என்பதை உணர்ந்தார் மருத்துவர். அவருக்குச் சட்டென்று என்ன செய்வதென்றே புரியவில்லை. ஒருவேளை தான் கொடுத்த மருந்துகளின் விளைவு தான் இன்று ஹென்றியின் நிலைக்குக் காரண- மென்று அஞ்சினார்.

....

"எமர்ஜென்ஸி எமர்ஜன்ஸி" என்றான்.....

மருத்துவமனையில் வேலை செய்யும் ஆட்கள் வேக வேகமாக ஸ்ட்ரெச்சரை கொண்டு வந்தார்கள். டெம்போவில் இருந்த மருத்துவர் எதுவும் நடக்காத படி பயத்தை மறைத்- துக் கொண்டு வெளியே வந்தார். ஹென்றியை ஸ்ட்ரெச்சரில் ஏற்றினார்கள். எமர்ஜென்சி வார்டு........ அழைத்துச் சென்- றார்கள்.

மருத்துவமனையில் வேலை செய்பவர்களுக்கு ஏதோ சந்- தேகம் வந்தது. மருத்துவரைத் தேடினான் அந்த நிர்வாகி. "என்ன அச்சு சார்?"

"ரோடு ஆக்சிடென்ட்" என்று யோசிக்காமல் அந்த நிர்- வாகி கூறினான்.

"சரி வெளிய வெயிட் பண்ணு."

மருத்துவர்கள் ஹென்றியின் நாடியைச் சோதித்தார்கள். அவன் சில நிமிடங்கள் முன்பு தான் இறந்திருக்கிறான்

என்று தெரியவந்தது. மருத்துவர் ஒருவர் ஹென்றியின் சட்-டையைக் கழட்டினாள். உடலெல்லாம் அவ்வளவு காயங்-கள். மற்ற ஜூனியர் மருத்துவர்கள் எல்லாம் பயந்தார்கள்.

"நோ" என்றார் ஒரு சீனியர் மருத்துவர்.

ஹென்றியை திருப்பிப் போட்டார் முதுகில் எல்லா இடங்-களிலும் பட்டை பட்டையாகக் காயங்கள் இருந்தது.

"ஏதோ அச்சிடென்ட் 'னு' சொன்னாங்க, டார்ச்சர் பண்ணி இருக்காங்க இப்ப சீன் கிரியேட் பண்றாங்க" என்-றார் ஒரு சீனியர் மருத்துவர். மற்ற நோயாளிகள் யாராவது தங்களைக் கவனிக்கிறார்களா என்று ஜூனியர் மருத்துவர் சுற்றிப் பார்த்தார்.

"what we need to do now doctor?"

"I'm also bit nervous."

"செக்யூரிட்டி ஹ வர சொல்லுறேன் நான்" என்று பதற்-றம் இல்லாமல் கூறினார் ஒரு பெண் மருத்துவர். மற்ற ஜூனியர் மருத்துவர்கள் முகத்தில் அவ்வளவு பதற்றம்.

"don't get panic first" என்று ஒரு மருத்துவர் மற்-றவர்களுக்குத் தைரியம் கூறினார்.

"பெருமாள்.. டாக்டர் உள்ள எமர்ஜென்சி வார்டுக்கு வரச் சொன்னாங்க, பிரச்சனையாம் வா போலாம்" என்றார் ஒரு செக்யூரிட்டி. .

"என்னாச்சு."

"தெரியல செகண்ட் என்ட்ரன்ஸ் வழியா வர சொன்-னாங்க."

இருவரும் எமர்ஜென்சி வார்டு உள்ளே வந்தார். "என்ன டாக்டர்."

"சார் இவர் இறந்துட்டாரு இப்போ, அடிச்சி ஏதோ பண்ணி இருக்காங்க, ஆக்சிடென்ட் மாதிரி இப்ப செட்டப் பண்றாங்க உடம்பெல்லாம் காயமா இருக்கு. இவர அட்மிட் பண்ணவன் வெளியே இருக்கான். நாங்க போலீஸ்கிட்ட சொல்லிட்டோம், தே வில் ரீச் அஸ் சூன் அஸ் பாஸிபல நீங்க ரெண்டு பேரும் அவன் எஸ்கேப் ஆகாம பாத்துக்-

கோங்க" என்றார் ஒரு சீனியர் மருத்துவர்.

ஜூனியர் மருத்துவர்களுக்கும் பயம் சற்று குறைந்தது. மறுவாழ்வு மையத்தின் நிர்வாகி வெளியே அமர்ந்து கொண்-டிருந்தான், செக்யூரிட்டி அவனருகே சாதாரணமாகச் சென்-றார். "அவருக்கு என்னப்பா ஆச்சு உடம்பெல்லாம் காயமா இருக்கு?" என்று மறுவாழ்வு மைய ஆளிடம் கேட்டார்.

"அவருக்கு ஆக்சிடென்ட்" என்று ஏதேதோ முணுமு-ணுத்தான்.

அங்கிருந்த செக்யூரிட்டிகளுக்கு சந்தேகம் உருவாகியது. மீண்டும் மீண்டும் ஹென்றிக்கு என்ன ஆனது என்று கேட்-டார்கள்.

"நான் எதுவும் பண்ணல மன்னிச்சுடுங்க சார், அடிச்சி போட்டு ஓடிட்டான் சார் ப்ளீஸ் சார்" என்று பயத்தில் அழத்தொடங்கினான்.

"என்னடா சொல்ற தெளிவா சொல்லு."

••••••••••••••••••

தேவா தனக்கிருந்த செல்வாக்கை வைத்து நடந்ததைத் திசை திருப்பினான். சிவன் தான் ஹென்றியை அடித்துப் போட்டு ஓடிவிட்டான் என்று பொய் புகார் கொடுத்தான்.

சிவன் தன்னுடைய பொருட்களுடன் தப்பி ஓடினான், கேஸ் சிவன் மீது விழுந்தது.

ஹென்றியின் உடலை அவன் வீட்டிற்கு அனுப்பினார்-கள்....

9

எதிர் காற்றில் பறக்க முடியாமல் வானத்தில் சில பறவைகள் மிதந்து கொண்டிருந்தன, சில பறவைகள் திசைமாறிச் சென்று கொண்டிருந்தன. நடந்த பிரச்சனைகள் எல்லாம் எப்படியோ வெளியே தெரிந்தது. பல நோயாளிகளின் குடும்-பத்தினர்கள் ஒன்றாக வந்து பிரச்சனை செய்தார்கள்.

"ஏங்க இப்படி எல்லாரும் ஒன்னா வந்தா என்ன அர்த்-தம், ட்ரீட்மென்ட் பாதி ல நிறுத்துனா உங்களுக்குத் தான் கஷ்டம் அவங்க வெளியே போனாலும் மறுபடியும் குடிக்கத் தான் செய்வாங்க."

"ஆமாங்க உங்க நல்லதுக்குத் தான் சொல்றேன்" என்று அங்கே வேலை செய்யும் ஒருவன் கூறினான்.

"எங்க நல்லத நாங்க பாத்துக்குறோம் முதல்ல எங்க வீட்டு ஆளுங்கள எங்களோடு அனுப்பு... இங்க இருந்தா அவங்க உயிருக்கு எல்லாம் பாதுகாப்பு இருக்கான்னு கூடத் தெரியல."

"சார்."

"உங்களுக்கு என்ன நடந்ததுன்னு தெரியுமா, தெரியா-மலே எல்லாத்தையும் பேசாதீங்க."

தேவாவிற்குச் சற்றுப் பயம் வந்தது "உங்க இஷ்டம்."

சில நோயாளிகளின் குடும்பத்தினர்கள் அவர்களை அழைத்துச் செல்ல வரவில்லை. அந்த இடம் மிகவும் வெறிச்சோடி கிடந்தது, தேவா என்ன செய்வதென்று தெரி-யாமல் தலையில் கை வைத்துக் கொண்டு உட்கார்ந்திருந்-

தான்.

"அண்ணா என்ன மன்னிச்சிடுங்க அண்ணா நாங்க எதையுமே வேணும் பண்ணலைன்னா" தேவா இருவரையும் முறைதான் வெளியே செல்ல சொன்னான்.

போலீஸ் ஸ்டேஷனில் இருந்து உமாவிற்குப் போன் வந்தது.

"ஹலோ."

"ஏன் மா வீடு போன் எல்லாம் மாத்துனா ஒழுங்கா யார்கிட்டயும் இன்ஃபார்ம் பண்ண மாட்டியா" என்று அதட்டிக் கேட்டார் ஒரு காவலர்.

"சார் நீங்க யார்?"

"யாரா, போலீஸ் மா."

"என்ன சார் பிரச்சனை ஆச்சு."

"அது சரி உனக்கு விஷயத்தை வேற சொல்லனுமா, உன் புருஷன் செண்டர் 'ல' சேர்த்து வச்சியிருந்த 'ல' அங்க இருக்கிற ஒருத்தன் அடிச்சு போட்டுட்டு எஸ்கேப் ஆகிட்டான், அந்த ஆள் இப்போ செத்து போயிட்டான்."

"என்ன.... சார்......." என்றாள் உமா.

ஹென்றியை நினைத்து வருந்தினாள், அழத்தொடங்கினாள் தன்னுடைய கணவன் குடிப்பதற்காகக் கொலை செய்திருக்கிறார் என்று நினைத்து அவமானப்பட்டாள்.

"அம்மா எதுக்கு மா அழுவுற." ஒன்றுமில்லை என்பது போல் தலையசைத்தாள், நிர்மலா உள்ளே செல்லச் சொல்லி சைகை காண்பித்தாள். காவலர் உமாவிடம் வேறு கேள்விகளைக் கேட்க முயற்சி செய்தார் ஆனால் அவள் விம்மி விம்மி அழுது கொண்டே இருந்தாள்.

"எவ்வளவு நேரம், அட்ரஸ் வாங்குங்க" என்று ஒரு காவலர் சொன்னார்.

"இருப்பா அந்த அம்மா பயத்துல அப்படியே அழுதுக்கிட்டே இருக்கு."

உமா அவர்கள் பேசிக் கொண்டிருப்பதைக் கேட்டாள். "சார் அவரு இறந்தவர்." விம்மிவிம்மி ஹென்றியை பற்றிக்

கேட்டாள். நடந்த மற்ற விஷயங்களை எல்லாம் வேகமாகக் கூறினார். உமாவிற்குச் சில நிமிடங்கள் கொடுத்தார் அவர்.

"ஐயா எவ்வளவு நேரம் சீக்கிரம்" என்று அவருடைய உயரதிகாரி அதட்டினார்.

"அம்மா ஏதாவது தகவல் வந்தா சொல்லணும் புரியுதா."

"சரிங்க சார்."

"உங்க அட்ரஸ் சொல்றேன் கரெக்டான பாரு••••••••• நம்பர் வீடு எல்லாம் மாத்தாதீங்க மாத்துனா சொல்லுங்க. ஸ்டேஷன்ல இருந்து ஆளுங்க கொஞ்ச நேரத்துல வரு- வாங்க எங்கேயும் அனாவசியமாகப் போகாதீங்க."

"அம்மா என்ன ஆச்சு மா" என்று மீண்டும் கேட்டான் நிர்மல்.

"எதுக்கு சார் வருவாங்க?"

"விசாரணைக்கு தான் பயப்படாத, எங்கேயும் வெளியே போகாத."

"சரிங்க அண்ணா."

சில நிமிடங்களுக்குப் பிறகு காவலர்கள் உமாவின் வீட்- டிற்கு வந்தார்கள். உமா நிர்மலை உள்ளே செல்லச் சொல்லி சைகை செய்தாள். அவனும் உள்ளே சென்றான், காவலர்- கள் உமாவிடம் சற்றுக் கோபமாகப் பேசினார்கள். எப்போது திருமணம் ஆகியது, எத்தனை பிள்ளைகள் இருக்கிறீர்கள், உடன் பிறந்தவர்கள் யாரெல்லாம் என்று விசாரித்தார்கள்.

"அவன் போட்டோ கொடு மா."

"போட்டோ எல்லாம் இல்ல சார்."

"எம்மா புருஷன் போட்டோ இல்லையா." உமா காவ- லர்களை முறைத்தாள் "பிரச்சினையில் அதெல்லாம் எடுத்- துப் போட்டுட்டேன் சார்."

"பையனுக்கு அப்பனோட முகமாவது தெரியுமா" என்று திமிராகக் கேட்டார் ஒரு காவலர். உமா பதில் எதுவும் சொல்லவில்லை தலை குனிந்தபடியே இருந்தாள்.

"எதா இருந்தாலும் ஸ்டேஷனுக்குச் சொல்லணும்."

மறுவாழ்வு மையத்திலிருந்து தப்பித்து வந்த பிறகு, ஏதோ ஒரு லாரியில் உதவி கேட்டு ஏறி ஏதோ ஓரிடத்திற்கு வந்தடைந்தான். அங்கிருந்து திருடிய பணத்தை எடுத்துப் பார்த்தான், சிறிது நேரம் கழித்து எண்ணிப் பார்க்கலாம் என்று எடுத்து உள்ளே வை......

வயிறு முட்ட குடித்தான். ஏதோ ஒரு தண்டவாளத்தின் அருகே போதையில் கிடந்தான் அருகே இரண்டு பாட்டில் கிடந்தன. இரண்டு மூன்று ரயில்கள் சென்றன, பல மனிதர்கள் தண்டவாளத்தைக் கடந்து சென்றார்கள் அதில் எல்லோரும் சிவனைக் கவனித்தார்கள்.

சில நாட்களுக்குப் பிறகு காவலர்கள் மீண்டும் சிவனைப் பற்றி விசாரிக்க உமாவின் வீட்டிற்கு வந்தார்கள்.

"மேடம்."

"ஏன் இப்படித் தொந்தரவு கொடுக்குறீங்க."

"நாங்க எங்க வேலையைச் செய்றோம், ஒருத்தன் செத்துப் போய் இருக்கான் மா" என்று மற்றொரு காவலர் கூறினார்.

உமா அமைதியாக இருந்தாள். "சார் மன்னிச்சிடுங்க எனக்கு என்ன பண்றதுன்னு சுத்தமா தெரியல உடம்புல தெம்பு இல்ல சார் ஒவ்வொருநாளும் அழுது அழுது."

"அம்மா உங்க நிலைமை எனக்குப் புரியுது எங்களுக்குக் கொஞ்சம் ஒத்துழுலைங்க."

"வேற எந்தத் தகவல் தெரிஞ்சாலும் சொல்றேன்."

வெயில் சிவனின் முகத்தில் அடித்துக் கொண்டிருந்தது, உடம்பெல்லாம் அவ்வளவு வியர்வை. ரயில்கள போகும் வேகத்தில் அவனுடைய தலை அப்படி அதிர்ந்துகொண்டிருந்தது, ஆனாலும் அவனுக்குப் போதை தெளியவில்லை. இரண்டு மூன்று ரயில்கள் கடந்து சென்றது. திடீரென்று இரும்பல் வர ஆரம்பித்தது, எழுந்து அமர்ந்தான். இரும்பல் இன்னும் நிற்கவில்லை, சட்டென்று இன்னும் வாந்தி எடுத்தான். போதையில் அங்கேயே உறங்கினான் ரயில்கள் கடந்து சென்றது, மனிதர்களும் கடந்து சென்றார்கள்.

நேரம் கழித்து இரும்பெல் வந்தது மீண்டும் இரத்த வாந்தி எடுத்தான். இம்முறை அதிக இரத்தத்தைக் கக்கினான், எழுந்து நடக்க முயற்சி செய்தான் ஆனால்...... காலை ஏழு முப்பது போலிருக்கும் வேலைக்குச் செல்வதற்காகத் தண்ட-வாளத்தைக் கடந்து செல்ல ஒரு முதியவர் வந்தார்.

அவர் சிவனைப் பார்த்துப் பயந்தார் "ஐயோ ட்ரெயின் ஆக்சிடென்ட் ஆயிடுச்சு போல." சுற்றி இரத்த இரத்தமாக இருந்தது. இரவெல்லாம் இரத்த வாந்தி எடுத்திருந்தான். அவனுடைய உடல் சாராயத்தை ஏற்றுக்கொள்ள மறுக்கிறது ஆனால் மூளை இன்னும் அதிகமாகக் குடிக்கச் சொல்லுகி-றது. "தம்பி, தம்பி" என்று சிவனின் கன்னத்தைத்தட்டினார் அவர்.

அவ்வளவு இரத்தத்தைப் பார்த்ததும் அவருக்குத் தொண்டை அடைத்துவிட்டது. "அம்மா, அம்மா" சிவனின் முகத்தின் வேகமாகத் தட்டினான். ஆம்புலன்ஸ் வர வைத்-தவர். அரசாங்க மருத்துவமனைக்குச் சிவனைக் கொண்டு சென்றார்கள். அவனுக்கு நல்லபடியாக மருத்துவம் நடந்தது.

"எனக்கு யாரும் இல்ல டாக்டர் பில்டிங் வேலை பெயிண்ட் வேலை செய்றேன்" என்று உளறினான் சிவன்.

"ஐயா உடம்பெல்லாம் இவ்வளவு காயமா இருக்கு யாரு உங்களை இப்படி அடிச்சுப் போட்டா, ஆக்சிடென்ட் மாதிரி தெரியலையே."

சிவனைப் பார்த்து அந்த அப்பாவி மருத்துவர்கள் பாவப் பட்டார்கள். சுற்றி முற்றி பார்த்தான் சிவன் அது மிகவும் சிறிய அரசு மருத்துவமனை "ஐயா உடம்பெல்லாம் இவ்-வளவு காயமா இருக்கு யாரு உங்களை இப்படி அடிச்சுப் போட்டா, ஆக்சிடென்ட் மாதிரி தெரியலையே."

"என்ன ஆச்சுன்னு சொல்லுங்க ஐயா?"

"கொஞ்ச நேரம் அப்புறம் வரலாம்" என்றார் மற்றொரு மருத்துவர். உள் பாக்கெட்டில் பணம் இருக்கிறதா என்று தொட்டுப் பார்த்தான் சிவன், இரண்டு மூன்று தாள்கள் மட்-டுமே இருந்தது.

மருத்துவர்கள் இந்நேரம் காவலர்களும் கூறியிருப்பார்கள் என்பதை உணர்ந்தான் சிவன். நேரம் பார்த்து அங்கிருந்து வெளியே சென்றான். சூரிய வெளிச்சம் அவனுடைய கண்களைக் கூச வைத்தது. அவனுக்குப் படபடவென்று இருந்தது, காதுகள் வலிக்க ஆரம்பித்தது. டாஸ்மாக் எங்கே இருக்கிறது என்று தேடி செல்ல ஆரம்பித்தான். மீண்டும் உள் பாக்கெட்டில் இருந்த பணத்தைத் தொட்டுப் பார்த்தான்.

செல்லும் வழியில் ஒரு போன் பூத்தை பார்த்தான் உள்ளே சென்று தன்னுடைய நண்பனுக்குப் போன் அடித்தான்.

"ஹலோ" என்றான் சிவன்.

"ஹலோ யாரு."

"ஹலோ நான் சிவன் டா" அவனுக்குச் சற்றுப் பயம் வந்தது, என்னதான் நெருங்கிய நண்பனாக இருந்தாலும் அவன் ஒரு கொலை செய்திருக்கிறான், இருந்தாலும் அன்பு சந்தேகப்பட மறுத்தது.

"டேய் ஒழுங்கா சரண்டர் ஆகிடு."

"என்னடா சொல்ற."

"அங்க ஹென்றி 'ன்' ஒருத்தனைக் கொலை பண்ணிட்டுத் தப்பிச்சி ஓடி வந்து இருக்கேன... உன் மேல கேஸ் போட்டு இருக்காங்க டா."

"என்னடா சொல்ற" பயத்தில் சிவனுக்கு வார்த்தைகள் தடுமாறியது.

"கொஞ்ச நாளைக்கு முன்ன கூட உன்ன பத்தி என்கிட்ட விசாரிச்சாங்க."

"இல்லடா.... நான் எதுவுமே பண்ணல.... டா."

சிவன் இருக்கும் இடத்தை சொல்லத் தயங்கினான், யோசித்துக் கொண்டிருந்தான். "எதுவுமே பண்ணல நான் ஏண்டா.... எங்க இருக்க?"

10

பயத்தில் அழத்தொடங்கினான், "நான் எதுவும் பண்ணல டா."

பூத்தில் இருந்து வெளியே வந்து அங்கேயே பயத்தில் அழுது கொண்டிருந்தான், என்ன ஆனதென்று அவனுக்கு எதுவும் சரியாக நினைவுக்கு வரவில்லை, அவன் நண்பன் கூறியதே சரியாக நினைவு படுத்தமுடியவில்லை, அதற்குக் காரணம் அவனுடைய உடல்நிலை தான். ஹென்றியை நாமே கொலை செய்து விட்டோமோ என்று யோசித்துக் கொண்டிருந்தான். ஹென்றியை அவன் பிரம்பால் அடித்துச் சித்திரவதை செய்து கொன்று புதைப்பது போல் காட்சிகள் அவனுக்குள் வந்து சென்றது. அதே இடத்தில் அப்படியே இருந்தான், இத்தனை நாட்கள் என்ன நடந்தது என்று யோசித்துக் கொண்டிருந்தான்.

சில நொடிகளுக்குப் பிறகு தான் ஹென்றியையும் சிவனையும் மறுவாழ்வு மைய ஆட்கள் அடித்துச் சித்தி-ரவதை செய்தார்கள் என்று அவனுக்கு நினைவுக்கு வந்-தது. பாக்கெட்டை தொட்டுப் பார்த்தான். காவலர்களிடம் சென்று நடந்ததைக் கூற மனம் இல்லை. தேவா தன்-னுடைய செல்வாக்கைப் பயன்படுத்தி எப்படியும் தன்னைச் சிறைக்கு அனுப்பி விடுவான் என்று அஞ்சினான். சிவன் பயத்தில் டாஸ்மாக்குக்குச் சென்று எவ்வளவு முடியுமோ அவ்வளவு குடித்தான் அவனுடைய உணவுக்குழாயில் அப்-படி ஒரு எரிச்சல் இருந்தது, நன்றாகக் குடித்த பிறகு மிச்ச

பணம் எவ்வளவு இருக்கிறது என்று எண்ணினான்.

சட்டென்று நிர்மலின் நினைவு வந்தது. இரண்டு பாட்-டிலை வாங்கிப் பையில் போட்டுக் கொண்டான். அங்கேயே அருகிலுள்ள கடையிலும் நன்றாகச் சாப்பிட்டான், சாப்பிட்ட பிறகும் எவ்வளவு பணம் இருக்கிறது என்று எண்ணிப்-பார்த்தான். போதையிலேயே பேருந்து நிலையத்திற்கு வந்த-டைந்தான், சட்டையெல்லாம் அவ்வளவு அழுக்கு.. யாரிடம் சென்று உதவி கேட்பது என்ன செய்வது என்று போதையில் பல யோசனைகள் அவனுடைய தலைக்குள் ஓடிக்கொண்டி-ருந்தது.

ஆந்திராவில் இருக்கும் சகலையின் வீட்டிற்குச் சென்-றுவிடலாம் என்று யோசித்தான். ரயில் நிலையம் வந்த-டைந்தான், பயத்தில் அவனுக்கு வியர்த்துக் கொட்ட ஆரம்-பித்தது. ஆந்திரா செல்லும் ரயில் புறப்படத் தயாராக உள்ளதாக அறிவித்தார்கள். சுற்றி மக்கள் கூட்டம், பேச்சு சத்தம்... மேலும் அவனுக்கு அது பயத்தை உண்டாக்கியது. சில காவலர்கள், சில பிச்சைக்காரர்கள் சில போர்ட்டர்கள். மீண்டும் சிவனுக்கு உமாவின் நினைவு வந்தது. அவளிடம் பேச வேண்டும் என்று ஆசைப்பட்டான். முகத்தைக் கைகளை எல்லாம்

நன்றாகக் கழுவிக் கொண்டு அதே நீரை மடமடவென்று குடித்தான். உமாவிடம் பேச யாரிடமாவது போன் வாங்க வேண்டும் என்று யோசித்தான்.

"sir, sir."

"yes."

"ஒரு போன் பேசிட்டு தரேன்."

சிவனை ஒரு பார்வை பார்த்தார், யோசித்து யோசித்துப் பேண்ட் பாக்கெட்டில் இருந்து போனை எடுத்துக் கொடுத்-தான்.

"நன்றி."

பாக்கெட்டில் இருந்து போனை எடுத்து உமாவின் நம்-பரை பார்த்து அந்தப் போனில் அடித்தான். போனை

கொடுத்தவர் சிவனையே பார்த்துக் கொண்டிருந்தார். சிவனும் அவரைத் திரும்பிப் பார்த்தான். அவர் கண்களைத் திருப்பிக் கொண்டார். உமாவின் போன் அடித்துக் கொண்டி-ருந்தது. நிர்மல் போனை எடுத்துக்கொண்டு குடுகுடு வென்று உமாவிடம் வந்தான்.

"யாரு டா கண்ணு."

"தெரியல மா."

"உமா நான் தான் உமா" என்றான் சிவன்.......... உமா சிவனின் குரலை அடையாளம் கண்டு கொள்ளாதது போல் இருந்தாள். நிர்மாலின் முன் கோபப்படக்கூடாது என்பதற்-காக அமைதி காத்தாள். "யாரு நீங்க தெரியலையே."

நிர்மல் சமையலறையிலிருந்து வெளியே சென்றான். அவன் வெளியே சென்ற பின் எட்டிப் பார்த்தாள் உமா. "உமா நான் தான் உமா."

"சொல்லுங்க" மிகப் பொறுமையாகக் கூறினாள் உமா.

நிர்மலுக்குத் தந்தையிடம் தான் உமா பேசுகிறாள் என்று தெரிந்து சந்தோஷம் அடைந்தான்.

சந்தோஷத்தில் என்ன செய்வது என்று தெரியாமல் குதித்தான். நிர்மலை முறைக்காமல் பார்த்து கொண்டிருந்-தாள். "அம்மா அப்பா வா மா, அப்பா அவரு ஊர்ல இருந்து வரும்போது ரிமோட் கார் வாங்கிட்டு வரச் சொல்-லுமா." நிர்மல் தன் மீது இவ்வளவு பாசமாக இருக்கிறான் என்று நினைத்து நிறைவடைந்தான்.

சிவனிற்குச் சந்தோஷத்தில் போதை தெளிந்தது. "ஹலோ உமா."

நிர்மலுக்குத் தெரியாதப்படி பேசிக்கொண்டிருக்கும்போதே போனை கட் செய்தாள் உமா. உடனடியாகப் போன் வந்தது, அதையும் அப்படியே கட் செய்தாள். "சார் ஏன் ட்ரெயின் கிளம்பப் போகுது."

"இருங்கப்பா கொன்ஞ்சம்."

பட்டென்று அவர் போனை எடுத்துக்கொண்டார்."சொல்-றேன் நீங்க பாட்டுக்கு பேசிக்கிட்டே இருக்கீங்க."

"அம்மா அப்பாகிட்ட குடு மா."

"ஹலோ, ஹலோ."

"போன் கட்டாயிடுச்சு டா அப்பா வெளியூரில் இருக்கார், சிக்னல் எல்லாம் கிடைக்காது."

"திரும்பி போடுங்க அம்மா."

"அப்பா பிசியா இருக்காரு இல்ல."

"அம்மா......." அழுதுகொண்டே உள்ளே சென்றான் நிர்மல். உமா போனை சமையலறையிலேயே வைத்துவிட்டு மாடிக்குச் சென்று அழுது கொண்டிருந்தாள். நிர்மல் கண்-களைத் துடைத்துக் கொண்டு படுக்கையறையில் இருந்து சமையலறைக்கு வந்தான், உமாவின் போனை எடுத்து வந்த நம்பருக்கு மீண்டும் அடித்தான்.

"ஹலோ" என்றான் நிர்மல்.

"ஹலோ, அவர் போனை கொடுத்துட்டு போகிட்டாரு" என்று கூறி போனை கட் செய்துவிட்டார். நிர்மலுக்கு ஒன்-றும் புரியவில்லை மீண்டும் அதே நம்பருக்கு போன் அடித்-தான், அவர் கட் செய்தார். நிர்மல் பயத்துடன் போனை கையில் வைத்துக்கொண்டு இருந்தான், நிர்மலின் கையில் போன் இருப்பதைப் பார்த்தாள் உமா. அவன் என்ன செய்-திருப்பான் என்று உமா தெரிந்து கொண்டாள் வேகமாக வந்து பளீரென்று நிர்மலின் கன்னத்தில் அறைந்தாள்.

"என்ன பேசுன என்ன பேசுன."

"அம்மா.... அப்பா" என்று அழுதான் நிர்மல்.

"என்னடா கண்ணா பின்ன...." என்று மனமிரங்கிக் கேட்டாள்.

"வேற யாரோ அப்பா போன்ல பேசினாங்க அம்மா" உமாவிற்கு இப்போதுதான் மூச்சே வந்தது.

"பெரியவங்க இல்லாம போன் எடுக்கக் கூடாதுன்னு சொல்லி இருக்கேன் இல்ல."

சமையலறையில் அமைதியாக அமர்ந்திருந்தாள் உமா. நிர்மல் உள்ளே சென்று சத்தமாக அழத் தொடங்கினான். ரயில் நிலையத்தைச் சுற்றி முற்றிப் பார்த்தான் அருகே

இருக்கும் காவலர்களிடம் சென்று நடந்ததை எல்லாம் கூறி விடலாம் என்று முடிவெடுத்து அந்தக் காவலரை நோக்கிச் சென்றான் சிவன். அந்தக் காவலர்களை அவசரமாக வரச் சொல்லி வேறொரு காவலர் தூரத்திலிருந்த சைகை காண்பித்தார். அவரும் வேகமாக ஓடிச் சென்றார். என்ன செய்வது என்று தெரியாமல் குழப்பத்தில் அங்கேயே நின்று கொண்டிருந்தான் சிவன். ஆந்திரா செல்லும் ரயில் புறப்படத் தயாராக உள்ளதாக அறிவிப்பு வந்தது. யோசித்துக்கொண்டே அந்த ரயிலில் ஏறினான். நிர்மலை வீட்டில் இருக்கக் கூறிவிட்டு உமா காவல் நிலையத்துக்குக் கிளம்பினாள்.

"பத்திரமா இரு, கதவச் சாத்து."

நடந்த அனைத்தையும் ஒன்று விடாமல் காவலர்களிடம் கூறினாள் உமா.

"சரி நீங்க கேட்ட சத்தத்த வெச்சி அவர் ரயில்வே ஸ்டேஷன்ல இருக்காருன்னு சொல்லுறீங்க" என்றார் காவலர்.

"ஆமா சார்."

"வெளியூரில் உங்களுக்குச் சொந்தம், பிரண்ட்ஸ் யாராவது இருக்காங்களா."

"எனக்குச் சொந்தம் எல்லாம் கிட்டயே தான் சார் இருக்காங்க அவ்வளவுதான்."

"நீங்க பதட்ட படாதிங்க பொறுமையா யோசிங்க."

"யாரும் இல்ல". அவள் ஒன்றும் வேண்டுமென்றே மறைக்கவில்லை பயத்தில் அவளுக்கு என்ன பேசுகிறோம், என்ன யோசிக்க வேண்டும் என்று கூடத் தெரியவில்லை.

"சரி நீங்க போகலாம், ஏதாவது தகவல் கெடச்சா உடனே சொல்லுங்க, நீங்க இப்ப போகலாம்."

"சரிங்க" என்றாள் உமா. அவள் எதையோ யோசித்துக் கொண்டே இருந்தாள், ஆனால் எதுவும் அவளுக்கு நினைவுக்கு வரவில்லை. "அம்மா எந்தத் தகவல் வந்தாலும் சொல்லுங்கம்மா"

காவலர் சில நொடிகள் உமாவின் கண்களை கவனித்-
தார். "சரிங்க சார்"

ரயிலில் மூச்சு விடக்கூட முடியாத அளவுக்குக் கூட்டம்
சேர்ந்து விட்டது, இருந்தாலும் சிவன் அப்படியே தான் உட்-
கார்ந்து கொண்டிருந்தான் பெயிலிலிருந்த பாட்டிலை எடுத்து
வேகமாகக் குடித்தான் போதை சற்று தலைக்கு ஏறியது.

போதையில் பிரயாணியின் காலில் சரிந்தான். ரயில்
ஆந்திராவிற்கு வந்தது, பிரயாணிகள் முண்டியடித்துக்-
கொண்டு இறங்கினார்கள். சிவன் போதையில் இடைஞ்ச-
லாகப் படுத்துக் கிடந்தான் எல்லோரும் சிவனைத் திட்டிக்-
கொண்டே கடந்து சென்றார்கள்.

திருப்பதியில் உள்ள தன்னுடைய சகலையின் வீட்டிற்குச்
சென்று கொஞ்ச நாட்களை ஓட்டி விடலாம் என்பதுதான்
அவனுடைய திட்டம். தன்னுடைய சகலைக்குத் தாம் தானே
வேலை வாங்கிக் கொடுத்தோம். அந்த நன்றிக்காக அவர்
கண்டிப்பாக நமக்கு உதவி செய்வார் என்று சிவன் யோசித்-
தான்.

அவருடைய வீட்டை நோக்கி நடந்து சென்று கொண்-
டிருந்தான். சிவனின் சகலையைப் பற்றிச் சொல்ல பெரிதாக
எதுவும் இல்லை.ஆறு வருடங்கள் குழந்தை இல்லாமல்
இருந்தார்கள்......... அவரின் மனைவி பிரசவத்திலேயே
குழந்தையுடன் இறந்துவிட்டாள். அவருக்கு வேறு எந்த
நாதியும் இல்லை மற்ற சொந்தங்கள் அவரை இரண்டாவது
திருமணம் செய்து கொள்ளச் சொல்லி வற்புறுத்தினார்கள்,
ஆனால் இவர் தனியாகவே தான் இருக்கிறார். வழக்கம்-
போல் அதே காரணம் தான் காதல்.

அவ்வப்போது அமைதியாக இருக்கும் நேரத்தில் தன்னு-
டைய மனைவியின் புகைப்படத்தைப் பார்த்து ஆசுவாசப்-
டுத்திக் கொள்வார். சிவனைத் திடிரென்று வீட்டு வாசலில்
முன் பார்த்த போது அதிர்ச்சிக்கு உள்ளானார் சகலை முரு-
கன்.

"வாங்கச் சகல என்ன திடீர்னு, உமாவையும் பையனை-
யும் எல்லாம் கூட்டிட்டு வந்து இருக்கலாம் ல."

கேள்விகள் எதற்கும் பதில் சொல்லாமல் உள்ளே சென்று
உட்கார்ந்தான். சகலையும் பின்னே வந்தார். "என்ன சகல
நான் பாட்டுக்கும் கேட்டுட்டு இருக்கேன் பதிலே சொல்ல
மாட்ற."

"நல்லா இருக்காங்க."

"என்ன திடீர்னு."

"ஏன் நான் வரது உனக்குப் புடிக்கலையா."

"ஐயோ, கோவிச்சுக்காதப்பா அப்படியெல்லாம் இல்ல."

முருகனுக்கு எல்லா விஷயங்களும் தெரிந்து விட்டது
என்பது அவனுடைய பேச்சையும் உடல் பாவனையும்
வைத்து சில நொடிகளிலேயே தெரிந்து கொண்டான்.

"இருங்க போய்க் காய்கறி எல்லாம் வாங்கனும் அதுக்-
குள்ள நீ வந்துட்டீங்க."

"சரி சீக்கிரமா போயிட்டு வா."

முருகன் வீட்டைத் துழாவ ஆரம்பித்தான், பொருட்களை
எல்லாம் அப்படியே விசிறி எறித்தான். சில நிமிடங்களுக்குப்
பிறகு பணமும் ஒரு மோதிரமும் கிடைத்தது.

. . . .

வீட்டைப் பார்த்த சகலைக்கு அதிர்ச்சி என்று பெரிதாக
இல்லை. எல்லாவற்றையும் பொறுமையாக எடுத்து அடுக்கி
வைத்தார். நேரம் கழித்து உமாவிற்குப் போன் அடித்து
விஷயங்களை எல்லாம் கூறினார். "நான் பணம் அனுப்பு-
றேன் எவ்வளவு சொல்லுங்க" என்றாள் உமா.

உமா மனம் கஷ்டப்படுவாள் என்று முருகனுக்குத் தெரி-
யும். "அதுக்கெல்லாம் இல்லமா, தேடுவேன்னு." உமா தன்-
னுடைய வார்த்தைகளால் சங்கடத்திற்கு ஆளாகி விட்டாள்
என்று நினைத்துக் கொண்டிருந்தான் முருகன். அவளின்
கவனத்தைத் திசை திருப்ப ஏதேதோ பேசிக் கொண்டிருந்-
தார், நிர்மலை பற்றி விசாரித்தார். மற்ற சொந்தங்களைப்
பற்றியும் விசாரிக்க ஆரம்பித்தார். "எதுவும் கோவிச்சுக்கா-

தம்மா.”

“இல்ல, இல்ல” என்றாள் உமா.

உமா விஷயத்தை ஒன்று விடாமல் காவலர்களிடம் கூறி-னாள். முருகனின் வீட்டிலிருந்து திருடிய பணத்தில் வயிறு முட்டக் குடித்து விட்டு பேருந்து நிலையத்தில் போதையி-லிருந்தான். உமாவிடம் விஷயத்தைக் கூறிய பிறகு தன்-னுடைய டிவிஎஸ் 50 எடுத்துக்கொண்டு சிவனைத் தேடச் சென்றான் முருகன். ரயில் நிலையத்தில் ஒன்றுக்கு இரண்டு முறை சிவனைத் தேடினான். சில பேருந்து நிலையங்களிலும் தேடினான். கடைசியாக ஒரு பேருந்து நிலையத்தில் அவன் போதையில் கிடப்பதைப் பார்த்தான். அவனை அழைத்துச் செல்ல வேண்டும் என்ற ஆசை கலைந்தது, வீட்டிற்கு திரும்பினான். குடிக்காகத் தான் செய்த செயல்கள் எங்கே தன்னுடைய மகனையோ மனைவியையோ எதிர்காலத்தில் பாதிக்கும் என்ற எண்ணம் அவனுக்குள் தோன்றியது. தன்-னுடைய மகனுக்குத் தன் முகம் கூடத் தெரியாதே என்று நினைத்து வருந்தினான் சிவன்.

திருமணம் ஆகிய சில நாட்களுக்குப் பிறகு. உமா கரு-வுற்ற விஷயத்தை முதலில் சிவனுக்குச் சொல்ல போன் அடித்தாள் ஆனால் அவன் எடுக்கவில்லை. காவியாவிற்-குப் போன் அடித்து விஷயத்தைக் கூறினாள், காவியா மிக-வும் சந்தோஷமடைந்தாள். சிவன் கேட் திறக்கும் சத்தம் உமாவுக்குக் கேட்டது உமாவிற்கு அவ்வளவு சந்தோஷம், விஷயத்தைக் கூறலாம் என்று வேகமாக நடந்து வந்தாள். ஆனால் சிவன் அவ்வளவு போதையில் கிடந்தான். உமா தேம்பித் தேம்பி அழுதாள். உமா கூறும் எதுவும் சிவனின் காதில் விழவில்லை. அன்று சிவன் செய்த அந்தத் தவறு உமாவிற்குச் சிவனின் மீது மட்டும் விரக்தியை ஏற்படுத்த-வில்லை தனக்கு நல்லது நினைக்கும் மற்ற மனிதர்கள் மீதும் விரக்தியை ஏற்படுத்தியது. ஆனால் அது ஏன் என்று தெரி-யவில்லை. அன்றிலிருந்து அவள் எல்லோரிடமும் இருந்து சற்று விலகி இருந்தாள். இந்த விஷயத்தை எல்லாம் உமா

நிர்மாலிடம் பலமுறை கூறியுள்ளாள். ஆனால் நிர்மலால் இந்த விஷயங்களை எல்லாம் புரிந்து கொள்ள முடிய- வில்லை, ஆனால் அப்பா தவறானவர் அம்மாவை அழ வைத்துள்ளார் என்று மட்டும் புரிந்து கொண்டான்.

போதையில் ஏதோ ஒரு பேருந்தில் ஏறினான். சகலை- யின் வீட்டிலிருந்து திருடிய பணம்..... திருடப்பட்டது. என்ன செய்வது என்று தெரியாமல் ஏதோ ஒரு இடத்தில் டாஸ்மாக் இருக்கும் சாலையின் ஓரமாக அமர்ந்து கொண்டிருந்தான் சிவன். அவனுடைய உள் பாக்கெட்டில் சற்றுப் பணம் இருந்தது ஆனால் அதை அவன் கவனிக்கவில்லை. குடிக்க வேண்டும் என்ற ஆசை அவனுக்குள் வந்தது. அந்தச் சாலையில் பெரிதாக ஆள் நடமாட்டம் என்று கிடையாது எப்போதாவது கார், டெம்போ வேன்கள் செல்லும். யாரை- யாவது அடித்துப் போட்டுப் பணத்தைத் திருடிவிடலாம் என்று முடிவு எடுத்தான் சிவன். அமைதியான சூழலுக்காகக் காத்திருந்தான். அந்த நேரம் பார்த்து ஆள் நடமாட்டம் என்று பெரிதாக இல்லை. யாராவது அம்மாஞ்சி.... என்று தேடிக் கொண்டிருந்தான். எதிரே ஒரு பைக் வந்து கொண்- டிருந்தது, எழுந்து நின்றான். சுற்றி வேறு யாராவது இருக்கி- றார்களா என்று பார்த்தான். ஆனால் பயத்தில் அவனுக்கா எதுவும் செய்ய முடியவில்லை. தயக்கத்துடன் அதே இடத்- தில் கீழே அமர்ந்தான். இரண்டு மூன்று கார்கள் சென்றது. ஆனால் கிடைத்த வாய்ப்புகளை எல்லாம் வீண் அடித்தான்.

இரவாகிவிட்டது.......... குடிக்க வேண்டும் என்ற எண்ணம் தலைக்கேறியது. இந்த முறை கிடைக்கும் வாய்ப்பை தவறவிடக்கூடாது என்று முடிவெடுத்தான் சிவன். அந்த அமைதியான இரவு நேரத்தில் தூரத்தில் ஒரு டூவீலர் வரும் சத்தம் கேட்டது. எழுந்து சென்று பார்த்தான், அருகே இருந்த ஒரு பெரிய கல்லை எடுத்தான். அந்த டூ வீலர் அவனை நோக்கி வந்து கொண்டிருந்தது.

சிவன் அருகில் வந்தார். சட்டென்று அந்தக் கல்லை அவன் முகத்தில் மேல் வீசினான் சிவன். நிலை தடுமாறி அப்படியே கீழே விழுந்தார் அவர்.

11

அப்படியே கீழே விழுந்தார் அவர். வேறு பக்கமாக அவரு-
டைய பைக் சென்றது. முகத்தையும் தலையையும் அழுத்திப்
பிடித்துக் கொண்டார். வலியில் கத்த ஆரம்பித்தார். சுற்றி
முற்றிப் பார்த்தான் சிவன். நிலாவின் வெளிச்சமும், அந்த
வாகனத்தின் ஹெட்லைட் வெளிச்சத்தைத் தவிர அங்கு
வேறு எதுவும் இல்லை.

சட்டென்று ஏதோ ஒரு வாகனத்தின் வெளிச்சம்
அவனுக்குத் தெரிந்தது, பயத்தில் என்ன செய்வதென்று
அவனுக்குத் தெரியவில்லை அப்படியே ஜேக்கப்பின்
பைக்கை ஆப் செய்தான், ஹெட்லைட் வெளிச்சம் மறைந்-
தது. தூரத்திலிருந்த அந்த வாகனம் வேறு திசையில்
சென்று விட்டது. இப்போது அங்கிருப்பது நிலவின் வெளிச்-
சமும் இருளின் அமைதியும் தான்.

அடிபட்டுக் கிடந்த ஜேக்கப் 'ஐ' நோக்கி வேகமாகச்
சென்றான் சிவன். வலி தாங்க முடியாமல் துடித்துக் கொண்-
டிருந்தான் கோபத்தில் சிவனைத் திட்ட ஆரம்பித்தான்.
அவனால் கண்களைத் திறந்து சிவனைப் பார்க்கக்கூட முடி-
யயில்லை, அவ்வளவு வலி தொடர்ந்து சிவனே திட்டிக்
கொண்டே இருந்தான் ஜேக்கப்.

சிவன் யோசிக்காமல் அவன் சட்டை பாக்கெட்டை துழா-
வினான் விசிட்டங் கார்ட், போனை தவிர வேறு எதுவும்
இல்லை. ஜேக்கப் சிவனின் கைகளைப் பிடித்தான், அதை
உதறி விட்டுப் பணம் இருக்கிறதா என்று தேடிக் கொண்டி-
ருந்தான். அவன் முகத்தைப் பார்க்கக் கூட அவன் தயாராக

இல்லை. மீண்டும் துழாவிப் பார்த்தான், ஆனால் அங்குச் சுத்தமாகப் பணம் இல்லை. கோபமடைந்து பேண்ட் பாக்-கெட்டை துழாவினான், பணம் இருந்தது.

சிவனுக்கு ஏதோ ஒரு மன அமைதி கிடைத்தது போல் உணர்வு இருந்தது. ஜேக்கப்பின் பணத்தை எடுத்துக்கொண்டு வேகமாக டாஸ்மாக்கை நோக்கி ஓடினான். ஜேக்கப்பின் தலையிலிருந்து இரத்தம் வடிந்து கொண்டே இருந்தது. அவன் உதவிக்கு யாராவது வருவார்களா என்று கத்திக் கொண்டிருந்தான் ஆனால் அங்குப் பெரிதாக ஆள் நடமாட்டம் என்று யாருமில்லை. சில நொடிகளுக்கு மேல் அவனால் உதவி கேட்கவும் கத்தவும் முடியவில்லை, சிவனையும் திட்டமும் முடியவில்லை.

சிவன் வியர்த்து விறுவிறுத்து டாஸ்மாக் வந்தடைந்தான். அந்தக் குறைந்த பணத்தை வைத்துக்கொண்டு இரண்டு பாட்டில்களை வாங்கினான். காலையில் இவனைத் தலை-யில் தட்டி அனுப்பிய வேலையால் இவனைச் சந்தேகமாகப் பார்த்தான். அவ்வளவு வேகமாகக் குடித்தான். ஒரு பாட்-டிலை குடித்த பிறகு தான் அவனுக்குக் கண்கள் தெளிவாக தெரிவது போல் ஒரு உணர்வு வந்தது. இன்னொரு பாட்டி-லையும் வேகமாகக் குடித்து விட்டான். ஆனால் அவனுக்கு இந்தப் போதை எல்லாம் பற்றவில்லை. இன்னும் குடிக்க வேண்டும் என்று ஆசைப்பட்டான் பாக்கெட்டை துழாவி-னான் அந்தப் பணத்தில் இன்னொரு பாட்டில் வாங்க முடி-யாது என்று தெரிந்தது.

என்ன செய்வதென்று யோசித்தான். இருக்கும் குறைந்-தபட்ச பணத்தைப் பாக்கெட்டில் இருந்து எடுத்து எண்ணிப் பார்த்தான், குடுகுடு வென்று வேகமாக ஜேக்கப் அடிபட்டு கிடந்த இடத்தை நோக்கி ஓடினான்.

உமாவின் வீட்டுக் கதவைத் தட்டினாள் தாரணி.. அவளின் தந்தையும் அருகிலிருந்தார். அவளுடைய திருமண அழைப்பிதழ் மற்றும் பழங்கள், வெற்றிலை பாக்கு என்று கையில் வைத்துக் கொண்டிருந்தாள்.

"வாங்கய்யா உள்ள வாங்க, என்ன இந்த நேரத்தில திடீர்னு."

கையிலிருந்த பொருட்களைப் பார்த்து விஷயத்தைப் புரிந்து கொண்டாள் உமா.

"மிஸ் வாங்க மிஸ்" என்றான் நிர்மல்.

"உட்காருங்க காப்பி போட்டு எடுத்துட்டு வரேன்."

"அம்மா வேண்டாம்" என்றார் தாரணியின் தந்தை.

"அட இருங்க."

வீட்டைச் சுற்றிப் பார்த்தார் அவர். நிர்மலுக்குச் சந்தோ- ஷத்தில் கையும் காலும் ஓடவில்லை தாரணி மிஸ்சுடன் பேசிக்கொண்டிருந்தான். தன்னுடைய விளையாட்டுப் பொருட்களை எல்லாம் தரணிக்குக் காண்பித்தான். உமா- விற்குப் பயம் குலை நடுங்க ஆரம்பித்தது ஏன் என்று தெரி- யயவில்லை ஆனால் வந்தவர்களைப் பார்த்து பயந்தாள்.

"இந்தாங்க ஐயா காப்பி சாப்பிடுங்க."

"உங்கள பாக்க தான் நான் வந்தேன், ஒரு நல்ல செய்தி இருக்கு அத அப்புறம் சொல்றேன். நீங்க என்ன பையன ரொம்ப அதட்டி வளக்குறீங்களாமே, இவங்க அம்மா இவளை எப்படி வளத்தாலோ அதே மாதிரி தான் நீங்களும் வளர்க்குறீங்களாம். என்கிட்ட சொல்லிக்கிட்டே இருப்பா. அப்படி எல்லாம் பண்ணாதீங்க, இவளை அதட்டி அதட்டி வளர்த்துட்டாங்க இவங்க அம்மா. இவளும் அப்படியே வளர்ந்துட்டா இப்போ இவளவிடச் சின்ன வயசு பசங்க எல்லாம் நிறையச் சம்பாதித்திக்குறாங்க. அவனுக்குப் பயம்னா என்னன்னு தெரியக்கூடாது. உங்க நிலைமை எனக்கு நல்லா தெரியும் நானும் உங்க வீட்டுக்காரர் 'ர' விட மோசமா அசிங்கமா இருந்தவன். இப்ப நானே எல்லாத்தை- யும் விட்டுட்டேன். அவரும் ரொம்பச் சீக்கிரமாவே வந்துடு- வாரு தைரியமா இருங்க."

உமாவின் கண்களில் அவ்வளவு பயம்.....

"என்னாச்சும்மா" என்று கேட்டாள் தாரணி.

"இல்ல ஒன்னும் இல்ல."

பையிலிருந்த தட்டை எடுத்துப் பழம், பாக்குப் பத்தி-ரிக்கை எல்லாம் வைத்தார்கள். "வர 20 என் பொன்னுக்-குக் கல்யாணம், நீ, பையன், அவரு எல்லாம் கண்டிப்பா வரனும்.."

"நல்லதுங்க."

"மிஸ் எங்க அப்பா இன்னைக்குக் கண்டிப்பா வந்துடு-வாராம் அம்மா சொன்னாங்க இருங்க அவரைக் காட்றேன் தாரணி மிஸ்."

மூவருக்கும் என்ன கூறுவதென்றே தெரியவில்லை, உமா-விற்குப் பதற்றம் அதிகமாகியது. "இல்லப்பா டைம் ஆகி-டுச்சு அப்புறம் வரேன்." அவர்கள் சென்றபிறகு உமா சற்று நிம்மதி அடைந்தாள்.

ஜேக்கப் அதே இடத்தில்தான் மயங்கிக் கிடந்தான், சுற்றி யாரும் இல்லை. சட்டை, பேண்ட் பாக்கெட்டை மீண்டும் துழாவி பணம் இருக்கிறதா என்று பார்த்தான். அவனுடைய பைக் டேங் கவரில் பணம் இருக்கிறதா என்று பார்த்தான். அதிலும் பணம் இல்லை, விரக்தியில் ஜேக்கப்பை எட்டி உதைத்தான். மீண்டும் டேங் கவரை பார்த்தான், அதில் பணம் இருந்தது. சட்டென்று ஜேக்கப்பிற்கு வலிப்பு வந்தது. சிவனிற்கு ஹென்றியின் நினைவு ஒரு நொடி வந்து சென்-றது. அருகே சென்று அவனைத் தொட்டுப் பார்த்தான் தரையிலிருந்த சூடான இரத்தம் அவனுடைய கால்களில் பட்டது . பயத்தில் சிவன் என்ன செய்வது என்று தெரியா-மல் திகைத்து விட்டான்.

சுற்றி முற்றிப் பார்த்தான் பறவைகள் கூட அங்கு இல்லை, அவ்வளவு அமைதியான இடம், தப்பித்து ஓடி விடலாம் என்று முடிவெடுத்தேன். ஜேக்கப்பை விட்டுத் தூரம் சென்றான், வேகமாக நடந்து கொண்டிருந்தான், கையில் ஒரு பாட்டிலுடன். பயத்தில் அவனுக்குப் போதை சற்று வேகமாகத் தெளிந்தது. அவனுள் இருக்கும் மனிதன் பாட்டிலைக் கீழே தவற விட்டான்.

ஜேக்கப்பை நோக்கி வேகமாக ஓடி வந்தான்....

"தப்பு.... தப்பு..... தப்பு...."

அழத்தொடங்கினான் சிவன் ஜேக்கப்ன் பாக்கெட்டில் இருந்து அவனுடைய போனை எடுத்தான். அவனுக்கு வலிப்பு நின்றுவிட்டது. தலையிலிருந்து இரத்தம் வந்து கொண்டே..... அவனுடைய தலையைச் சிவன் அழுத்திப் பிடித்துக்கொண்டிருந்தான். "அம்மா என்ன பண்றதுன்னு தெரியலையே" என்றான் சிவன். பயத்தில் அவனுக்கு என்ன செய்கிறோம் என்றே தெரியவில்லை ஆம்புலன்சுக்கு போன் அடித்து விஷயத்தைக் கூறி விட்டுத் தப்பித்து விட-லாமா என்று யோசித்தான். அடுத்து என்ன செய்வதென்று தெரியவில்லை சுற்றி முற்றிப் பார்த்தான். அவனுடைய சட்டைப்பையிலிருந்து போன் எடுத்தான் அதில் சார்ஜ் இல்லை. அருகே இருந்த ஜேக்கப்பின் போனை எடுத்தான். கீழே விழுந்ததால் டிஸ்ப்ளே, கீபேட் எல்லாம் வேலை செய்-யயில்லை. வேகமாக ஏதாவது முடிவு எடுக்க வேண்டும் என்று அவனுக்குத் தோன்றியது.

சற்று தள்ளி இருக்கும் டாஸ்மாக்கை நோக்கி வேகமாக ஓடினான். அவர்களிடம் உதவி கேட்டான். இவன் கூறு-வதை யாரையும் கேட்கத் தயாராக இல்லை. "ஆக்சிடென்ட் ,உதவி, வாங்க" என்று இரண்டு மூன்று முறை கூறினான். இரண்டு டேபிள் தள்ளிக் குடித்துக் கொண்டிருக்கும் சில இளைஞர்கள் இவனைக் கவனித்தார்கள் டாஸ்மாக் 'ல்' வேலை செய்பவன் சிவனை அடித்துத் துரத்த வந்தான்.

அந்த இளைஞர்களுக்குச் சிவனின் கண்களில் ஏதோ உண்மை இருப்பது போல் தெரிந்தது. அவர்களின் பைக்கில் ஏறினான் சிவன். அந்த இடத்திற்கு வந்தடைந்தார்கள் ஒரு இளைஞன் சட்டென்று இறங்கி அவன் தலையில் கை வைத்து அழுத்தினான்.

"எப்படி ஆச்சு" என்று கன்னடத்தில் கேட்டான், கன்ன-டம் தெரியவில்லை என்றாலும் சிவன் ஏதோ பொய்களைக் கூறினான்.

பிறகு "நோ" என்று கூறினான். ஜேக்கப்பை சட்டென்று தூக்கி பைக்கில் அமர வைத்தார்கள், பின் ஒருவன் தலையை அழுத்திப் பிடித்துக் கொண்டான். பைக்கில் சற்று பாதுகாப்பான வேகத்தில் மருத்துவமனைக்குச் சென்று கொண்டிருந்தார்கள்.

"பிரைவேட் ஹாஸ்பிடல், பிரைவேட் ஹாஸ்பிடல்" என்றான் சிவன். எதிர்காற்று அப்படி அடித்துக்கொண்டிருந்தது, ஆனால் பிரைவேட் ஹாஸ்பிடல் என்ற வார்த்தையை அவன் கூறுவதை நிறுத்தவில்லை. தனியார் மருத்துவமனையில் நல்ல மருத்துவம் கிடைக்கும் என்று நம்பினான் சிவன்.

ஹாஸ்பிடலுக்கு வந்தடைந்தார்கள், ஜேக்கப்பை பத்திரமாகப் பைக்கில் இருந்து இறக்கி உள்ளே கொண்டு சென்றார்கள். சிவன் கேட்டதைப் போலவே அது ஒரு நல்ல தனியார் மருத்துவமனை தான். அவனை உள்ளே அழைத்துச் சென்றார்கள்.

"Is he took alcohol? " என்று மருத்துவர் கேட்டார்.

"no we only" என்று ஒரு இளைஞர் கூறினார்.

"we will talk to the police you please start the procedure"என்று இன்னொரு இளைஞன் கூறினான்.

ஜேக்கப் 'இடமிருந்து' திருடிய பணத்தை அவனுடைய மருத்துவச் செலவிற்காகக் கொடுத்தான் சிவன். இளைஞர்கள் சிலர் பணம் திரட்டினார்கள். மருந்தகம் சென்று மருந்து மாத்திரை எல்லாம் வாங்கிக் கொண்டு வந்தார்கள். ஜேக்கப்பின் போனிலிருந்து சிம்மை கழட்டி தன்னுடைய போனில் போட்டான் ஒரு இளைஞன். இன்னும் பணம் செலவாகும் என்று தெரிய வந்தது ஆனால் அந்த இளைஞர்களிடம் பணம் சற்றும் இல்லை. ஒருவரின் முகத்தை ஒருவர் பார்த்துக் கொண்டார்கள்.

சிவன் ஓரமாக அமர்ந்து கண்களை மூடிக் கொண்டிருந்தான். அவனுக்கு நிலைமை புரிந்தது தன்னுடைய சகலை-

யின் வீட்டிலிருந்து திருடிய மோதிரத்தைக் கழட்டி ஒரு இளைஞனிடம் கொடுத்தான்.

"பக்கத்துல எங்கயாச்சும் அடகு கடை இருந்தா சீக்கிரம் வெச்சி பணத்த கொண்டு வா" அந்த இளைஞர்களுக்குச் சிவனிடமிருந்து மோதிரத்தை வாங்கிக் கொள்ளச் சற்று அவமானமாக இருந்தது ஆனால் வேறு வழி தெரிய வில்லை. கனத்த மனதுடன் அதை வாங்கிக்கொண்டார்கள்.

சென்றவர்கள் பணத்துடன் வந்தார்கள், மற்ற இளைஞர் களுக்கும் சிவனுக்கும் அது சந்தோஷமாக இருந்தது. மருத் துவம் நடந்துகொண்டிருந்தது, சிவன் தொடர்ந்து அழுது கொண்டிருந்தான், பயந்தான் ஜேக்கப்பிற்காகப் பிரார்த்தனை செய்யத் தொடங்கினான். ஜேக்கப்பின் வீட்டு ஆட்கள் வந் தார்கள். அவனுக்கு மருத்துவம் முடிந்து. கண் திறக்க சற்று நேரமாகும் என்று அங்கிருந்த மருத்துவர்கள் கூறினார்கள்.

சில நொடிகளுக்குப் பிறகு காவலர்களும் வந்தார்கள். சிவன் மருத்துவமனைக்கு வெளியே இருக்கும் ஒரு கோவி லில் அமர்ந்து கொண்டிருந்தான். அவனை இளைஞர்கள் உள்ளே வரச் சொல்லிக் கட்டாயப்படுத்தினார்கள். ஜேக்கப் கண் திறந்து விட்டார் பேசுகிறார் என்று கூறினார்கள். இவனுக்கு அது மேலும் பயத்தையும் பதட்டத்தையும் உரு வாக்கியது. உள்ளே வர மனமில்லை பயமாக இருக்கிறது அது இது என்று அந்த இளைஞர்களிடம் கூறினான். ஆனால் அவர்கள் இவனை விடுவதாக இல்லை வலுக்கட் டாயமாக அழைத்துச் சென்றார்கள்.

எங்கே ஜேக்கப் தன்னைப் பற்றிக் காவலர்களிடம் கூறி இருப்பானோ என்று சிவன் பயந்தான்.ஆனால் அவனுக்குச் சிவனை அடையாளம் தெரியவில்லை. இவனை அந்த இளைஞர்கள் வார்ட் உள்ளே அழைத்துச் சென்றார்கள். ஏதோ சொல்ல முடியாத அளவிற்குக் கஷ்டம் இவனிடம் இருந்தது தலை குனிந்தபடியே ஜேக்கப் அருகே இருந்தான்.

ஒரு பக்கமாக முகத்தில் அவ்வளவு காயம், தலையில் பெரிய கட்டு,வலது கை மற்றும் இடது கால் முறிந்திருந்தது.

ஒரு கண்ணைப் பேண்டேஜ் போட்டு மூடி இருந்தார்கள். பார்வையை ஜேக்கப் இழந்துவிட்டானோ என்று நினைத்து அவன் பயந்தான். பிறகுதான் புருவத்தில் அடிபட்டுள்ளதாகவும் அதனால் தான் பேண்டேஜ் போட்டு உள்ளார்கள் என்று அந்த இளைஞர்கள் கூறினார்கள். இவர் தான் உங்களைக் காப்பாற்றியது என்று சிவனைக் காண்பித்தார்கள் அந்த இளைஞர்கள். அதைக் கேட்டவுடன் ஜேக்கப்பிற்குக் கண்ணீர் வர ஆரம்பித்தது.

காயம் அடையாத மற்றொரு கண்ணிலிருந்து நீர் வடிந்து கொண்டிருந்தது. கை கூப்பி நன்றி கூறினான் அவனுடைய கைகளைப் பிடித்தான் சிவன். மிகவும்அருவருப்பான நிலையயை உணர்ந்தான். அவனுக்கும் அழுகை வர ஆரம்பித்தது. "நான்.... நான்....." என்று உண்மையைக் கூற வந்தான் சிவன்.

ஆனால் ஏதோ ஒரு பயம், உண்மையை மறைத்து விட்டான், வேறு ஒரு விஷயத்தைக் கூறி சமாளித்து விட்டான் அந்த நிலையில் அவனுக்கு வேறு என்ன செய்வது என்று தெரியவில்லை. அவனுக்குச் சமாதானமும் கூறினார்கள். ஜேக்கப்பை பார்த்து கை கூப்பி..... சிவன். சிவன் இப்படிச் செய்வது மற்றவர்களுக்குச் சற்றுச் சங்கடத்தை உருவாக்கியது.

"அவர அழாம இருக்க சொல்லுங்க" என்று ஜேக்கப் அந்த இளைஞர்களிடம் கன்னடத்தில் கூறினான்.ஜேக்கப்பின் குடும்பத்தினர்களைப் பார்த்தான் சிவன். அவர்கள் இவனை வெளியே சற்று அழைத்துச் சென்றார்கள். அவமானத்தில் தலை குனிந்த நிலையிலிருந்தான். ஜேக்கப்பின் வீட்டார்கள் அவனுக்காகச் செலவு செய்த பணத்தைச் சிவனிடம் கொடுத்தார்கள். ஆனால் சிவன் அதை வாங்கிக் கொள்ள மறுத்தான், விலகிச் சென்றான். "இல்ல வேண்டாம்" என்றான் சிவன்.

"எடுத்துக்கோங்க தயவு செஞ்சு."

அழுதுகொண்டே இன்னும் சற்று விலகிச் சென்றான். அவர்கள் அருகே வந்தார்கள். ஜேக்கப்பின் குடும்பத்தினர்கள் வறுமையின் பிடியில் தான் உள்ளார்கள் என்று அவர்களைப் பார்த்தாலே தெரிந்தது. அழுது கொண்டே பணத்தை வாங்க மறுத்தான். அவர்களுக்கு அது மிகவும் விசித்திரமாக இருந்தது ஏன் இவர் இப்படிப் பணத்தை வாங்கிக் கொள்ள மறுக்கிறார் என்று அந்த இளைஞர்களும் பேசிக்கொண்டிருந்தார்கள்.

ஒரு இளைஞன் அருகே வந்து பணத்தை வாங்கிக் கொள்ளச் சொல்லி வற்புறுத்தினான். மோதிரத்தை அடகு வைத்த பணத்தில் மிச்சம் ஒரு

ஆயிரத்தி ஐநூறு ரூபாய் இருந்தது அந்தப் பணத்தைச் சிவன் தன்னுடைய பாக்கெட்டில் இருந்து எடுத்து அவளிடம் கொடுத்தான். அவர்களால் அழுகையைச் சற்றும் நிப்பாட்ட முடியவில்லை அதை வாங்கிக் கொள்ள மறுத்தார்கள். உண்மைகளை எல்லாம் அவர்களிடம் கூறிவிட முன்வந்தான் சிவன்

.... அவனுடைய பேச்சு தடுமாறியது. "நீங்க செஞ்சது பெரிய உதவி எங்களுக்குப் பணம் வேண்டாம்" என்றார்கள். சிவன் சில நொடிகள் கெஞ்சிப் பார்த்தான் ஆனால் அவர்கள் அந்தப் பணத்தை வாங்கிக் கொள்வதாக இல்லை.

ஜேக்கப்பின் மகனின் பாக்கெட்டில் அந்தப் பணத்தை வைத்தான் சிவன். அந்தச் சிறுவனுக்கு என்ன நடக்கிறது என்று கூடத் தெளிவாகத் தெரியவில்லை. பாக்கெட்டில் பணத்தை வைத்து விட்டு அப்படியே நான்கைந்து அடி பின் சென்றான். "சார் சார் வேண்டாம்" என்றாள் ஜேக்கப்பின் மனைவி. "அங்கிள்" என்றான் அந்தச் சிறுவன். பிறகு ஜேக்கப்பின் மனைவியும் பணத்தை வாங்கிக் கொண்டாள் அந்த இளைஞர்களும் அவர்களால் முடிந்த அளவுக்குப் பணத்தைக் கொடுத்து உதவி செய்தார்கள் .

யாரிடமிருந்தும் உதவிக்காகப் பணம் வாங்கக் கூடாது என்று அவள் எண்ணிக்கொண்டிருந்தாள், ஆனால் இன்று தெரி-யாதவர்களிடம் உதவிக்காகப் பணம் வாங்கிக் கொண்டது ஒரு விதமான உணர்ச்சியாக இருந்தது, மற்றவர்களின் உதவியில்லாமல் வாழ முடியாத என்று தெரிந்து கொண்-டாள்.மிகவும் நெகிழ்ந்த மனதுடன் அனைவருக்கும் நன்றி கூறினாள்.

" தேங்க்ஸ் அங்கிள்."

தான் ஒரு அருவருப்பான மனிதன் என்பதை உணர்ந்-தான் சிவன். மூன்று நாட்களுக்குப் பிறகு இதே மருத்-துவமனையிலிருந்து டிஸ்சார்ஜ் செய்தார்கள். சிவன் அந்த மூன்று நாட்களும் மருத்துவமனைக்கு அருகே தான் இருந்-தான் உள்ளே சென்று நலம் விசாரிக்கும் அளவுக்கு அவனுக்குத் தைரியம் இல்லை. மூன்று நாட்களும் அவனு-டைய நினைப்பில் ஜேக்கப் தான் இருந்தான். உண்மையைக் கூறி விடலாம் என்று....

ஆனால் அவனுக்கு அவ்வளவு தைரியமில்லை. ஜேக்கப் 'ஜ' ஆட்டோவில் வைத்து அவனுடைய மனைவி அழைத்-துச் செல்வதை ஓரமாக நின்று பார்த்துக் கொண்டிருந்தான். அவனுள் இருக்கும் மனிதன் அவனை அழவைத்தான், சிவனுக்கு வாழ்க்கையின் மீது விரக்தியும், தற்கொலை எண்ணமும் வர ஆரம்பித்தது.

நிர்மலையும் உமாவையும் பார்க்கவேண்டும் என்று அவனுக்கு ஆசை வந்தது. உண்மைகளை எல்லாம் கூற-வேண்டும் என்று யோசித்தான். ஆனால் உண்மைகள் தெரிய வந்தால் எங்கே சிறைச்சாலைக்குச் செல்ல நேரி-டுமோ என்று பயந்தான்.

12

அழகான சாயங்காலம், வானத்தில் பறவைகள் காற்றில் மிதந்தன. சூரியன் அஸ்தமனம் ஆகியது.

சிவன் குடித்துக் கொண்டிருந்தான். யாரிடமாவது பணத்தைத் திருடுவான், திருடிய பணத்தில் வயிறு முட்டக் குடிப்பான் எங்காவது போதையில் ரோட்டில் கிடப்பான். இப்படியே தான் பல நாட்கள் சென்றது. ஜேக்கப் 'ஐ' தாக்கியது அவ்வப்போது அவனுடைய மனதிற்குள் வந்து செல்லும்.

குடிப்பதை நிப்பாட்ட வேண்டும் என்ற எண்ணம் ஒவ்வொரு முறையும் குடிப்பதற்கு முன் அவனுக்கு வந்து செல்லும். சிறிய வயதிலிருந்து குடிப்பதற்காகச் செய்த தவறுகளை எல்லாம் யோசித்துக்கொண்டிருந்தான், புதிய மனிதனாக வாழ வேண்டும் என்று ஆசைப்பட்டான்.

யாரிடம் சென்று மன்னிப்பு கேட்பது, யாரிடம் சென்று உதவி கேட்பது என்று அவனுக்குத் தெரியவில்லை. குடிப்பதற்காக ஏதேதோ வேலைகளைச் செய்துகொண்டு தன்னுடைய வாழ்நாட்களை ஓட்டினான், இப்படியே சில வருடங்களும் சென்றுவிட்டது.

ஒரு பூங்காவில் உட்கார்ந்து அழுதுக் கொண்டிருந்தான் எல்லோரும் அவனைத் தான் பார்த்தார்கள், வெட்கத்தைவிட்டுக் கத்தி அழுது கொண்டிருந்தான், அப்போது அவன் போதையில் இல்லை. அங்கு விளையாடிக் கொண்டிருக்கும் சிறுவர்கள் விளையாட்டை நிப்பாட்டி விட்டு அவனைப் பார்த்தார்கள். சில இளைஞர்கள் எதையும் கவனிக்காமல் சந்தோஷமாகப் பேசிக் கொண்டிருந்தார்கள்.

"அம்மா.... அம்மா...." என்று தேம்பித் தேம்பி அழு-தான் சிவன்.

பூங்காவில் இளம் தம்பதிகள் மிகுந்த சந்தோஷத்துடன் தங்கள் குழந்தைகளுடன் விளையாடிக் கொண்டிருந்தார்கள். ஆங்காங்கே சில குழந்தைகள் கண்ணாம்பூச்சி, ஊஞ்சல், சறுக்கு மரம் என்று விளையாடிக் கொண்டிருப்பதைப் பெற்-றோர்கள் விலகி நின்று சந்தோஷமாகப் பார்த்து ரசித்துக் கொண்டிருந்தார்கள். ஒவ்வொருவர் முகத்திலும் அவ்வளவு சந்தோஷமும் சிரிப்பும் பரவசமும் இருந்தது சொல்லப்போ-னால் அங்கு யார் குழந்தைகள் என்றே தெரியவில்லை.

அந்தப் பெற்றோர்கள் எல்லோரையும் பார்த்தான் சிவன், அந்தக் குழந்தைகளையும் பார்த்துக் கொண்டிருந்தான். இளமையைத் தொலைத்து விட்டோம் குடும்ப வாழ்க்கை-யைத் தொலைத்து விட்டோம் என்பதை உணர்ந்தான் சிவன். அவனும் நிர்மலும் இப்படிப் பூங்காவில் விளையாடிக் கொண்டிருப்பதைப் போல் கற்பனை செய்து கொண்டான்.

ஆனால் நிர்மலின் முகமே அவனுக்குச் சரியாக நினை-வுக்கு வரவில்லை. ஆழமாக மூச்சு விட்டு அழத் தொடங்-கினான்.

"எல்லாம் போச்சு, எல்லாம் போச்சு" என்று அழுதுக் கொண்டிருந்தான். நிர்மலுக்கு இப்போது என்ன வயதிருக்கும் என்று கூடச் சிவனுக்குச் சரியாகத் தெரியவில்லை.

ஊருக்குச் சென்றுவிடலாம் என்று முடிவெடுத்தான். ஆனால் இவ்வளவு நாட்கள் சென்றும் அவனால் குடியைச் சற்றும் நிப்பாட்டா முடியவில்லை. பல வருட வாழ்க்கை-யைத் தொலைத்து விட்டோம் என்ற கவலை அவனை மனதளவில் மிகவும் பாதிக்கப் பட வைத்தது.

பேருந்து நிலையத்தை நோக்கி சாலையோரமாக நடந்து சென்றுக் கொண்டிருந்தான். கார்கள், லாரிகள் வேகமாக நடந்து கொண்டிருந்த. திடீரென்று வேகமாக எதிரே வந்து கொண்டிருந்த காரை நோக்கி ஓடினான் சிவன். டிரைவரால் வேகத்தைச் சட்டென்று கட்டுப்படுத்த முடியவில்லை.

"ஏ...."

காரின் விண்ட்ஷில்ட உடைந்தது. சிவன் பறந்து சென்று பொத்தென்று விழுந்தான். கண்ணிமைக்கும் நொடியில் அனைத்தும் நடந்து நடந்துவிட்டது. வேகவேகமாகக் கூட்டம் கூடியது, சிவனின் தலையிலிருந்து இரத்தம் வரத் தொடங்-கியது, தாடை அருகே சதை கிழிந்து இரத்தம் வந்து கொண்டிருந்தது. கார் டிரைவர் மற்றும் ஓனர் முரளியும் சிவனை நோக்கி வேகமாக ஓடி வந்தார்கள்.

ஆம் அன்று உமாவுடன் உறவு வைத்துக் கொண்ட அதே முரளி தான், அதே சிகப்பு நிற கார் தான். கூட்டத்தி-லிருந்த ஒருவர் டிரைவரை அடிக்க வந்தான். மற்றொருவர் தான் டிரைவர் எதுவும் செய்யவில்லை, சிவன்தான் காரின் மீது வந்து விழுந்தான் என நடந்ததைக் கூறினான்.

"ஐயோ" என்றான் முரளி.

"சார்" என்றான் டிரைவர்.

கூட்டத்திலிருந்தவர்கள் தங்களுக்குள் பேசிக் கொண்-டார்கள்.

"நம்ம வண்டியில ஏத்து ஹாஸ்பிடல் போகலாம்" என்-றார் முரளி.

"சரி சார்."

"பயப்படாத" என்றார் முரளி.

அதே காரில் சிவனை ஏற்றினார்கள். சிவனின் தலை-யைப் பிடித்துக் கொண்டிருந்தார் முரளி. இருவர் தானாக முன்வந்து உதவிக்காகக் காரில் ஏறினார்கள்.

"சீக்கிரம்" என்றார் முரளி.

"போலாம்....." உதவிக்கு வந்தவர்.

டிரைவர் அழுதபடியே காரை ஓட்டிக் கொண்டிருந்தார் சேதமடைந்த விண்ட்ஷில்ட வழியாக அவரால் சரியாக எதையும் பார்த்து ஓட்ட முடியவில்லை. ஜன்னலைக் கீழே இறக்கி வெளியே எட்டி எட்டிப் பார்த்து ஓட்டிக் கொண்டி-ருந்தார். சிவன் பிழைப்பது கடினம் என்பது போல் முரளியும் மற்ற இருவரும் உணர்ந்தார்கள்.

"அண்ணா எதுவும் ஆகாது இல்ல?"

"ஆகாது நீ பயப்படாத நான் இருக்கேன்" என்றார் முரளி.

சிவனுக்குச் சற்று நினைவு இருந்தது முரளியின் மடியில் படுத்துக் கிடந்தான். முரளி அவன் தலையைத் துணி வைத்து அழுத்திப் பிடித்துக் கொண்டிருந்தார் சிவனிற்கு ஏதாவது ஆகிவிடுமோ என்ற பயத்தில் அழுது கொண்டிருந்தார் டிரைவர். டிரைவரின் நிலையை உணர்ந்தான் சிவன், கைகூப்ப மன்னிப்பு கேட்க முயற்சி செய்தான். "மன்னிச்சிடுங்க" என்று டிரைவரிடம் பொறுமையாகக் கூறினான்.

சிவனின் தலையைப் பிடித்துக் கொண்டிருந்தான் முரளி. பொறுமையாக நினைவிழந்தான் சிவன். டிரைவர் அவரைப் பார்த்தார்.

"ஐயோ.... அண்ணா என்ன ஆ..." பயத்தில் வேகத்தைக் குறைத்தான்.

"பயப்படாதீங்க அண்ணா போங்க" என்று உதவிக்கு வந்தவர் கூறினார்.

சற்றுக் கண்களைத் திறந்தான் சிவன். சுற்றி யார் எல்லாம் இருக்கிறார்கள் என்று பார்க்க முயற்சி செய்தான். ஆனால் அவனுடைய கண்களுக்கு எதுவும் சரியாகத் தெரியயவில்லை. மரணிக்கப்போகிறோம் என்பதை உணர்ந்து நிம்மதி அடைந்தான் சிவன். சந்தோஷமாகக் கண்களை மூடினான். உதவிக்கு வந்தவர்கள் கன்னடத்தில் ஏதோ முணுமுணுத்துக் கொண்டார்கள்.

"அண்ணா" என்றான் டிரைவர்.

"பயப்படாதீங்க உங்களுக்கு ஒன்னும் ஆகாது ஹாஸ்பிடல் கிட்ட வந்துடுச்சு" என்று சிவனுக்கு ஆறுதல் கூறினான் முரளி.

சிகிச்சை நல்லபடியாக நடந்து முடிந்தது, சிவனிற்கு மயக்கம் சற்றுத் தெளிந்தது அங்கு இருந்த தமிழ் தெரிந்த மருத்துவர் தான் சிவனிற்குச் சிகிச்சை செய்தார். முரளியும்

மற்றவர்கள் வெளியே காத்துக் கொண்டிருந்தார்கள். டிரை-வர் தன்னுடைய மனைவிக்குப் போன் செய்து நடந்த அனைத்தையும் கூறி அழுதார்.

"டாக்டர் கான்சியஸ் வருது" என்றாள் நர்ஸ்.

அந்த வயதான மருத்துவர் ஜன்னல் அருகே நின்று சூரிய வெளிச்சத்தில் ஏதோ ஒரு ரிப்போர்ட்டை படித்துக்-கொண்டிருந்தார். "ஓகே" என்றார் அவர்.

பொறுமையாகச் சிவன் அருகே வந்து. "ஐயா, ஐயா, சிவன் ஐயா."

சிவனை லேசாகத் தொட்டுத் தட்டி எழுப்பினார் சிவனிற்-குச் சட்டென்று மயக்கம் தெளிந்தது. ஆனால் நடந்ததை எல்லாம் உணர சில நொடிகள் எடுத்தது. கண்களைப் பொறுமையாக மூடி திறந்தான். தான் உயிருடன் இருப்பதை உணர்ந்தான். "ஐயா தமிழா?" என்று மருத்துவர் கேட்டார்.

சிவனிற்கு வலது கை முறிந்திருந்தது, தலையில் ஏழு தையல்கள். தாடையில் மூன்று தையல்கள், முகத்தில் சில இடங்களில் காயம் மற்றபடி உடலில் வேறு எங்கும் காயங்-கள் இல்லை. சிவன் எழுந்து நிற்க முயற்சி செய்தான்.

"ஐயா இல்ல இல்ல எந்திரிக்க..." பெட்டை சற்று உயர்த்தினார்.

சிவனிற்குக் காதுகள் கேட்க ஆரம்பித்தது .சுற்றி முற்றிப் பார்த்தான் உண்மையிலேயே உயிர் பிழைத்து விட்டோம் என்பதை நினைத்து வருந்தினான்.

"இல்ல இல்ல" என்றான் சிவன்.

"ஐயா நல்லா இருக்கீங்க எந்த பிரச்சனையும் இல்லை" என்றார் மருத்துவர்.

"நான் எப்படி இங்க வந்தேன்."

மருத்துவரைக் கோபத்தில் திட்டினான்,"தேவடியா பையா, எதுக்கு என்ன காப்பாத்துன" அழுது ஆர்ப்பாட்டம் செய்-தான் சிவன், மற்ற மருத்துவர்கள் எல்லாம் சத்தம் கேட்டு அருகே வந்தார்கள்.

13

மருத்துவரை கோபத்தில் திட்டினான், அழுதான், ஆர்ப்-பாட்டம் செய்தான். மற்ற மருத்துவர்கள் சத்தத்தைக் கேட்டு அருகே வந்தார்கள். சிவன் தன்னுடைய உடைந்த கையைத் தொட்டுப் பார்த்தான், தலையிலிருந்த கட்டையும் தொட்டுப் பார்த்தான், தையலிட்ட இடத்தில் வேகமாக அடித்துக் கொண்டான்.

"இல்ல, இல்ல" என்று சத்தமிட்டு அழுதான்.

மருத்துவர்கள் அவனைத் தடுத்தார்கள், அருகே இருந்த நோயாளிகள் எல்லாம் சிவனைப் பார்த்தார்கள்.

"தையல் போட்டு இருக்கோம் பா, எதுக்கு இப்படி எல்-லாம் பண்ணுற என்ன பிரச்சனை?" என்று மருத்துவர் கேட்-டார். தையல் பிரிந்து தலையிலிருந்து இரத்தம் கசிய ஆரம்-பித்தது.

"நர்ஸ்" என்றார் மருத்துவர்.

"தப்புப் பண்ணிட்டேன், தப்புப் பண்ணிட்டேன்" என்று சத்தமிட்டு அழுதான். முரளியும், டிரைவரும் உள்ளே வந்-தார்கள். டிரைவரின் முகத்தைப் பார்த்தும் அவன் தலை குனிந்து கொண்டான். இப்போதுதான் டிரைவருக்கு உயிரே வந்தது.

"ஏம்பா இப்படிப் பண்ணுற?" என்று கேட்டார் டிரைவர்.

உமாவும், நிர்மலும் இப்போது சந்தோஷமாக வாழ்ந்து வருகிறார்கள். நிர்மலுக்கு இப்போது சற்று விவரம் தெரிய ஆரம்பித்து விட்டது. உமா முன்பை போல் இல்லை, எல்-

லோரிடமும் நன்றாகப் பேசுகிறாள், சற்று சிரிக்கிறாள். காவி-யாவுடன் நல்ல உறவிலும் இருக்கிறாள்.

ஊரார்கள் அவளைத் தவறாகப் பேசுகிறார்கள் என்று அவளுக்கு நன்றாகத் தெரியும், ஆனால் அதைப் பற்றி எல்-லாம் கவலைப் பட அவள் தயாராக இல்லை. ஏதோ தவறு செய்து விட்டோம் என்ற அச்சம் இருந்தது அது முரளியு-டன் அன்று நடந்த தவறோ அல்லது வேறு ஏதோ, ஆனால் மிகப்பெரிய தவறு ஏதோ செய்து விட்டோம் என்ற பயம் அவளிடம் இருந்தது.

இளமையைத் தொலைத்து விட்டோம் என்று நினைத்து வருந்தினான் இதற்குமேல் ஒன்றுமில்லை, எல்லாம் போய்-விட்டது என்ற எண்ணம் சிவனைத் தாக்கியது.

மருத்துவர்களும், செவிலியர்களும் சிவனை ஆசுவாசப் படுத்தினார்கள்.

"எல்லாம் போச்சு."

முரளி தன்னுடைய செல்வாக்கைப் பயன்படுத்தி நடந்த விஷயங்கள் எதுவும் தனக்குப் பாதிப்பு தராதப்படி பார்த்துக்-கொண்டான். சிவனுடைய மருத்துவச் செலவு அனைத்தை-யும் முரளியே பார்த்துக்கொண்டான். சிவன் முரளியிடமும், மருத்துவர்களிடம் பாதி உண்மை...... பாதிப் பொய்களை-யும் கூறினான். புதிய வாழ்க்கையை வாழ வேண்டும் என்று ஆசைப்பட்டான் ஆனால் உண்மைகள் தெரிந்தால் தன்னை நிராகரித்து விடுவார்களோ அல்லது காவலர்களிடம் கூறி விடுவார்களோ என்று பயந்தான் சிவன். இப்போது டிஸ்-சார்ஜ் ஆகும் நிலைக்கு வந்துவிட்டான் என்று மருத்துவர்-களிடம் இருந்து முரளிக்குத் தகவல் வந்தது.

"தேங்க்யூ டாக்டர்" என்றார் முரளி.

சிவனை மருத்துவமனைக்கு வந்து பார்த்தான் முரளி. அவனுடைய பொய்களை எல்லாம் கேட்டு மனம் இறங்கி-னான்.

"சார் எனக்கு வேலை ஏதாவது இருந்தா வாங்கிக் கொடுங்க அப்படியே எங்கேயாவது தங்க இடமும் கொஞ்சம்

பாத்துக்கொடுங்க சார்" என்றான் சிவன்.

"கண்டிப்பா, இப்போ என் வீட்டுக்குப் போகலாம் மத்த-தெல்லாம் அங்க போய்ப் பாத்துக்கலாம்" என்றான் முரளி.

"தேங்க்ஸ் சார்."

தன்னுடைய அப்பார்ட்மெண்ட்ற்கு சிவனை அழைத்துச் சென்றார். "உள்ள வாங்க."

"இல்ல சார்."

"அட வாங்க, நான் வேலை விஷயமா இங்க தான் தங்கி இருப்பேன் அடிக்கடி, என்னோட குடும்பம் எல்லாம் தமிழ்நாட்டில தான் நீங்க உடம்பு குணமாகுற வரைக்கும் இங்கேயே தங்கிக்கோங்க அப்புறம் நானே இங்க உங்களுக்கு வேலை வாங்கித் தரேன். செக்யூரிட்டி வேலை பேசி வச்-சிருக்கேன் அது விஷயமா போயிட்டு வரேன் பத்திரமா இருங்க."

"தேங்க்ஸ் சார்."

"நோ, நோ ப்ளீஸ்."

வீட்டிற்கு வரும்போது முரளி சிவனிற்குத் தேவையான ஆடைகள், பழங்கள், மருந்துகள் மற்றும் ஒரு செல்போ-னையும் வாங்கிக்கொண்டு வந்தார், புதுப் போனில் பழைய சிம் கார்டு மற்றும் மெமரி கார்டெல்லாம் பொருத்தினார்.

சிவனுடைய உடல் நலமாகிய பிறகு முரளி கூறியதைப் போல் அங்கேயே செக்யூரிட்டி வேலை வாங்கிக் கொடுத்-தார்.

"உங்களுக்குப் பெரிய மனசு."

"நோ" என்றான் முரளி.

"நன்றி."

"நோ மிஸ்டேக் என் பக்கமும் இருக்கு."

"இல்ல சார்."

அப்பார்ட்மெண்டிற்கு வருபவர் போபவர்களுக்கெல்லாம் வாழ்த்து கூறுவதும், அவர்களுக்குத் தேவையான பொருட்-களை வாங்கிக் கொண்டு வருவதும், சிறிய வீட்டு வேலை செய்து டிப்ஸ் வாங்கிக் கொள்வதுமாக நாட்கள் ஓடியது.

முயலாமை அவன் முகத்திலும், உடம்பிலும் தெரிந்தது. ஒவ்வொரு முறை அப்பார்ட்மெண்ட் பூங்காவில் இளம் தம்பதிகள் தங்கள் குழந்தைகளுடன் ஆனந்தமாக விளையாடுவதைப் பார்த்து அவன் ஏங்குவான், அழுவான். மனமில்லாமல் அங்கிருந்து செல்வான். இன்று அவனுடைய முயலாமைக்குக் காரணம் அவன் குடித்த குடி தான். ஒவ்வொரு நாளும் முரளி சிவனுடன் பேச நிறைய நேரம் செலவிடுவார். இங்கு அவனை டாஸ்மாக்கிற்கு அழைத்துச் செல்ல நண்பர்களும் இல்லை, பணமும் இல்லை. வரும் பணம் எல்லாம் உடலை பார்த்துக் கொள்வதற்காகவே சென்று விடுகிறது.

"சிவன் பேமிலி போட்டோ காட்டுங்க மனைவி, பசங்க எல்லாம்."

பாக்கெட்டில் இருந்து போனை எடுத்தான். "தோ சார், நீங்க வாங்கிக் கொடுத்த போன் தான்" என்றான் சிவன்

முரளி சிவனின் குடும்பத்தைப் பார்க்க மிகவும் ஆர்வமாக இருந்தான்.

"இதோ இவ தான் சார் என் வைஃப் " என்று உமாவின் புகைப்படத்தைக் காண்பித்தான் சிவன். முரளியின் முகம் சட்டென்று மாறியது அன்று இரவு உமாவுடன் நடந்தது நினைவிற்கு வந்தது. கூட்டத்தின் முன் யாரோ தன்னை அடித்து அவமானப்படுத்தியது போல் இருந்தது முரளியின் முகம். சிவன் இதைக் கவனித்தான்.

"என்னாச்சு சார்."

"இல்ல, இல்ல நான் போறேன்" என்றார் முரளி. உமா இவனுடைய மனைவி தான் என்று தெரிந்ததும் சிவனிடம் என்ன கூறுவது என்றே முரளிக்குத் தெரியவில்லை.... பயந்தான். சிவனுக்கு முரளியை அப்படிப் பார்த்தது வருத்தமாக இருந்தது.

14

நன்றாகக் குளித்துவிட்டு, குங்குமம் வைத்துக்கொண்டு சிவன் வேலைக்குச் செல்வான். தொலைந்துபோன சந்தோ- ஷத்தை அபார்ட்மென்ட் பூங்காவில் விளையாடும் சிறுவர்- களைப் பார்த்துத் திரும்பப் பெற்றுக் கொள்வான். இப்போ- தெல்லாம் பல சிறுவர்கள் வந்து அவனுடன் பாசமாகப் பேசுவார்கள், இவனும் அவர்களுக்குத் தின்பண்டங்களை வாங்கிக் கொடுத்து மகிழ்விப்பான். அந்தக் குழந்தைகள் பேசுவது என்னவென்று இவனுக்குச் சரியாகத் தெரியாது, ஆனால் சிரித்துக்கொண்டே அவர்களுடன் இவனும் பேசு- வான்.

அவனுடைய ஆசையெல்லாம் இப்போது சந்தோஷமாக இருக்க வேண்டும் என்பதுதான். இப்போதெல்லாம் முரளி சிவனைக் கண்டுகொள்வதில்லை அவனாகவே சென்று பேசினாலும் முரளி அவ்வளவாக நேரம் கொடுத்துப் பேச மாட்டான்.

ஒவ்வொருநாளும் வேலையை முடித்துவிட்டு வீட்டுக்குச் செல்லும்போது சிவன் முகத்தில் ஏதோ ஒரு வருத்தமும் சஞ்சலமும் இருக்கும் , ஏதோ ஒரு பதிலை அவனுடைய கண்கள் தேடிக் கொண்டே இருக்கும்.

பூங்காவில் தம்பதிகள் தங்கள் குழந்தைகளுடன் விளை- யாடிக் கொண்டிருப்பது, தந்தையுடன் ஒரு 13 வயது மகன் ஃபுட்பால் விளையாடுவது என அனைத்தையும் பார்த்துக் கொண்டிருந்தான் சிவன். இந்த இடம் அவனை மிகவும் தொந்தரவு செய்து கொண்டிருந்ததால் இந்த வேலையை

விட்டு வேறு எங்காவது சென்று விடலாம் என்று முடிவெ-
டுத்தான்.

மற்றவர்கள் சந்தோஷமாக இருப்பது அவனுக்குப் பயத்-
தையும் குழப்பத்தையும் அதிகமாகத் தந்தது. அவனுடன்
வேலை செய்யும் செக்யூரிட்டியிடம் தன்னுடைய கஷ்டங்-
களை எல்லாம் கூறி அழுவாள் அந்தச் செக்யூரிட்டிக்கோ
தமிழே தெரியாது ஆனால் சிவன் கூறுவதைப் புரிந்து
கொள்வார்.

தற்கொலை செய்து கொள்ளத் தயாரானான். இரவு, தண்-
டவாளத்தை நோக்கி நடந்து கொண்டிருந்தான் ரயில் வரும்
வரை தண்டவாளத்தில் காத்துக் கொண்டிருந்தான்.. அவன்
முகத்தில் பயம் தெரியவில்லை, அமைதியும் குற்ற உணர்ச்-
சியும் தான் இருந்தது.

தூரத்தில் ரயில் வரும் சத்தம் கேட்டது, இரண்டாவது
தண்டவாளத்தை நோக்கி நடந்து சென்றான். ரயிலின்
ஹாரன் சத்தம் கேட்டது..... மண்டியிட்டு அழுதான், கண்-
களை இறுக்கமாக மூடிக் கொண்டான், பற்களைக் கடித்துக்
கொண்டான்...... கண்களைத் திறந்து பார்த்தான் ரயில்
அருகே வந்து கொண்டிருந்தது. எல்லாம் சரியாகிவிடும்
என்ற எண்ணம் அவனைத் தாக்கியது. சட்டென்று விலகிச்
சென்றான். அவன் ஏன் இப்படிச் செய்தான் என்று
அவனுக்குத் தெரியவில்லை.

செக்யூரிட்டி வேலையில் கிடைக்கும் பணத்தை மருத்-
துவத்திற்காகத் தவிர வேறு எதற்கும் செலவிடமாட்டான்
கிடைக்கும் மற்ற வேலைகளை எல்லாம் செய்து பணத்தைச்
சேமித்து வைப்பான் அனாவசிய செலவு என்று பத்து ரூபாய்
கூட இருக்காது. ஜேகப் 'ஐ' தேடி சிலமுறை சம்பவம்
நிகழ்ந்த இடத்திற்குச் செல்வான், ஆனால் அவனை அந்த
வழியில் காண இயலாது அவனுடைய வீடும் அங்கே தான்
அருகே உள்ளது என்று அவன் மனைவி கூறியதாக ஞாப-
கம்.

அந்த மருத்துவமனைக்கு ஒருநாள் தைரியத்தை வரவ-ழைத்துக் கொண்டு சென்று ஜேக்கப்பின் அட்ரஸை எப்-படியோ விசாரித்துக் கெஞ்சிக் கூத்தாடி வாங்கி விட்டான், அந்த அட்ரஸை பேப்பரில் எழுதி எப்போதும் அவனு-டைய சட்டைப்பையில் வைத்துக் கொள்வான். அவ்வப்-போது எடுத்தும் பார்ப்பான். ஏன், சில நேரம் வீட்டின் அருகே கூடச் செல்வான் ஆனால் பயத்தில் திரும்ப வந்து விடுவான் .அவனிடம் மன்னிப்பு கேட்கத் தைரியமும் இல்லை அவனை மன்னிக்கவும் யாரும் தயாராக இல்லை. பூங்காவில் அமைதியாக அமர்ந்துக் கொண்டிருந்தான். நிர்-மலையும் உமாவையும் பற்றி யோசித்தான், பறவைகள் பறப்-பதைப் பார்த்துக்கொண்டிருந்தான்.இதற்கு மேல் ஒரு நாள் கூட இங்கு இருக்க முடியாது என்று அவன் முடிவெ-டுத்தான், இந்தச் சூழ்நிலை மேலும் அவனை மனதளவில் பாதிக்கப் பட வைத்தது. புதிய வாழ்க்கை வாழ வேண்டும் என்று முடிவெடுத்தான். அபார்ட்மென்ட் செகரெட்டரியிடம் சில பொய்களும் சில உண்மைகளும் கூறி வேலையிலிருந்து விலகினான்.முரளியின் வீட்டின் கதவைத் தட்டி நடந்த அனைத்து உண்மைகளைக் கூறினான்.சிவன் கூறுவதை முரளி கேட்கத் தயாராக இல்லை..

"ஊருக்கு போறேன் சார்" என்றான் சிவன்.

முரளியின் முகம் சட்டென்று மாறியது, ஏதாவது கூறி இவனை இங்கேயே நிறுத்தி விடலாமா என்று யோசித்தார். "சார், நீங்க ஸ்டேஷன் வரைக்கும் வந்து என்ன விட்டுடுங்க சார்" என்றான் சிவன்.

ஸ்டேஷனுக்கு வந்தடைந்தார்கள்."சார் தேங்க்ஸ் சார்" முரளியை கட்டியணைத்துக் கொண்டான். முரளியின் முகத்-தில் உயிர் இல்லை.

....

"என்ன ஆச்சு சார், ரொம்ப டல்லா இருக்கீங்க உடம்பு சரி இல்லையா ?"

உண்மையைச் சிவனிடம் கூறி விடலாமா, அல்லது போற போக்கில் விட்டு விடலாமா என்று யோசித்தான். "ஆல் த பெஸ்ட், ஆல் த பெஸ்ட் பார் யுவர் லைப்" சிவனை ரயிலில் ஏற்றி..... ஜன்னல் வழியாகக் கைகுலுக்கிக் கொண்டார்கள்.

"போயிட்டு வரேன் சார்."

சிவன் முகத்தில் அவ்வளவு அமைதியும், சந்தோஷமும் சிரிப்பும் இருந்தது சட்டென்று ஜேக்கபீன் நினைவு வந்தது, மன்னிப்புக் கேட்கவேண்டும், தவறுக்கு மேல் தவறுகளை செய்கிறோம் என்று சிவன் உணர்ந்தான். ரயிலில் உணவு, தேநீர் விற்றுக் கொண்டிருந்தார்கள். சிவனுக்குப் பதற்றமும் தலைவலியும் அதிகமாக வர ஆரம்பித்தது.

சில நொடிகளிலேயே அவனுக்கு மயக்கம் வர ஆரம்பித்தது, மயக்கம் தெளிய ஒரு டீ வாங்கிக் குடித்தான். ஆனாலும் மயக்கம் அவ்வளவாகத் தெளியயவில்லை மேலும் அதிகமாகியது அவனுக்கு மயக்கம் வர ஆரம்பித்தது. கண்களை மூடிக்கொண்டு சற்று ஆசுவாசப்படுத்திக் கொண்டான். ரயில் பிரயாணத்தை நிறுத்தாமல் அப்படியே சென்றுகொண்டிருந்தது. நேரம் கழித்துச் சிவனிற்கு மயக்கம் தெளிந்தது, முகத்தைக் கழுவி கொண்டான். மன்னிப்புக் கேட்காமல் செல்கிறோம் என்ற நெருடல் அதிகமாகியது.

ரயில் ஏதோ ஒரு ஸ்டேஷனில் நின்று கொண்டிருந்தது, ஜன்னல் வழியாக வெளியே எட்டிப்பார்த்தான். பையில் பணம் இருக்கிறதா என்று தொட்டுப் பார்த்தான், எடுத்து வேகமாக எண்ணினான். ஜேக்கப் 'ஐ' தேடி கண்டுபிடித்து மன்னிப்பு கேட்க வேண்டும் என்று முடிவெடுத்தான்.

ரயிலிலிருந்து இறங்கி வேகமாக டிக்கெட் கவுண்டர் 'ஐ' நோக்கி சென்றான். வந்த ஊருக்கே ஒரு டிக்கெட் எடுத்தான் அவனுடைய பதற்றம் இப்போதுதான் சற்றுக் குறைந்தது, சற்று தான்..... முரளிக்கு போன் அடித்தான். இந்த முறை அவன் எந்த உண்மைகளை மறைக்க வில்லை அனைத்தையும் கூறினான்.

"ஓகே, பயப்படாம வாங்க."

சிவனுக்கு முரளி இப்படி அமைதியாகப் பேசாமல் இருப்-பது வருத்தம் அளித்தது, முரளியின் வீட்டுக்கதவைத் தட்-டினான் சிவன்.

"சார்."

"உள்ள வாங்க."

முரளி தன்னை ஏதாவது திட்டுவார் என்று நினைத்தான் ஆனால் முரளி நடந்ததைப் பற்றி எதுவும் கேட்டுக்கொள்-ளக் கூடவில்லை, இதுவே அவனுக்கு மிக விசித்திரமாகவும், வருத்தமாக இருந்தது.

"சார், நான் ஜேக்கப் அவர் வீட்டுக்கு போய் நடந்-தெல்லாம் சொல்ல போறேன்.... நீங்களும் வரனும் என் கூட."

"உள்ள போய் முகம் கழுவிட்டு கார்ல வெயிட் பண்-ணுங்க, வரேன்."

முகத்தை ஒன்றிற்கு இரண்டு முறை கழுவிக் கொண்-டான் சிவன். அந்தக் காரை பார்த்ததும் அவனுக்குப் பதற்-றம் அதிகமாகியது. "உள்ள வாங்க, இந்தக் கார் உங்களுக்கு ஞாபகம் இருக்கா இதுல தான் நீங்க தற்கொலை பண்ணிக்கப் பாத்தீங்க."

"இல்ல வேண்டாம் சார்."

"அவர் வீட்டு அட்ரஸ் இருக்கா." அந்த அட்ரஸ் காகிதத்தைப் பையிலிருந்து எடுத்துக் கொடுத்தான் முரளி. அதைப் பொறுமையாகப் படித்தான்.

"எனக்கே வழி தெரியும் சார்."

ஜேக்கப் 'ன்' வீட்டு வாசல் முன் கார் வந்து நின்றது. இருவரும் காரில் இருந்து இறங்கினார், கதவு பூட்டப்-பட்டிருந்தது. அக்கம்பக்கத்தினர்களை விசாரித்துப் பார்க்க-லாம் என்றான் சிவன். வேறொரு வீட்டிற்கு மாறிவிட்டார்கள் என்று தெரிய வந்தது, அந்த அட்ரஸ் 'ஐ' பக்கத்து வீட்டு நபரிடம் இருந்து வாங்கிக் கொண்டார்கள்.

"உள்ள வாங்க" என்றான் முரளி.

சிவன் ஜேக்கப்பின் வீட்டு கதவைத் தட்டினான். ஜேக்-கப்பின் மனைவி கதவைத் திறந்தாள். சிவனைப் பார்த்ததும் அவளுக்குப் பெரும் மகிழ்ச்சி. இருவரையும் ஆனந்தமாக உள்ளே வரவேர்த்தாள். சிவனிற்கு மிகவும் அருவருப்பா-கவும், அவமானமாகவும் இருந்தது தலை குனிந்தபடியே இருந்தான். அவனைப் பார்த்ததும் கையும் புரியவில்லை காலும் புரியவில்லை.

சிவனிற்கு நன்றி கூடக் கூற முடியாத நிலையில்தான் அவன் இருந்தான். வலது கை மற்றும் கால் 'ஐ' பாதிக்கு மேல் அவனால் செயல்படுத்த முடியவில்லை. இதைப் பார்த்ததும் சிவனிற்குத் துக்கம் தொண்டையை அடைத்தது, சட்டென்று அழ ஆரம்பித்தான். ஜேக்கப் 'ன்' மனைவிக்கு ஏன் என்று தெரியவில்லை, சோபாவில் உட்கார்ந்து தலை குனிந்தபடியே அழுது கொண்டிருந்தான்.

ஜேக்கப் 'ன்' மனைவியிடமோ அல்லது ஜேக்கப்யிடமோ நடந்ததைக் கூற அவனுக்குச் சற்றும் தைரியம் இல்லை. தனியாகப் பேச வேண்டும் என்றான், தன் குழந்தைகளை உள்ளே அனுப்பினான் ஆனால் அவனின் மனைவி உள்ளே செல்ல மறுத்தாள். நடந்த உண்மைகளை எல்லாம் திக்கித்-திக்கிக் கூறினான். ஜேக்கப்பின் மனைவி அவனை வேக-மாக அறைந்தாள் அழுதுகொண்டே எல்லா உண்மைக-ளையும் கூறினான். காலை பிடித்து மன்னிப்பு கேட்டான். ஜேக்கப்பின் மனைவி மீண்டும் அறைந்தாள். சிவனால் ஜேக்கப்பின் முகத்தைக் கூடப் பார்க்க முடியவில்லை கழுத்-திற்கு மேல் ஜேக்கப் 'ஐ' பார்க்கமுடியவில்லை.

மீண்டும் மீண்டும் மன்னித்து விடுங்கள் மன்னித்து விடுங்-கள் என்று கூறிக் கொண்டிருந்தான். அவனுடைய மனதில் இருக்கும் பாரம் கொஞ்சம் கொஞ்சமாகக் கரைந்து சென்-றது. சிவனை விடாமல் அறைந்து கொண்டிருந்தாள். அவளை யாரும் தடுக்கத் தயாராக இல்லை.

"மன்னிச்சிடுங்க."

சிவனை அறைந்து வெளியே தள்ளினாள், சத்தத்தில் பயந்துபோய்ப் பிள்ளைகள் வெளியே வந்தார்கள். இருவரும் இனிமேல் தன்னை நிச்சயமாக மன்னிக்க மாட்டார்கள் என்பதை உணர்ந்தான் சிவன்.

"சிவன் அழாதீங்க நீங்க எதையும் வேணும்னு பண்ணல்."

"சார் எனக்கு வாழவே பிடிக்கல சார், இங்க இருக்கவே பிடிக்கல சார்."

15

"சிவன் நம்ம வீட்டுக்குப் போவோம் கொஞ்ச நாள் அங்க இருக்கலாம் அப்படியே என் வீட்டுக்கு கூட்டிட்டு போறேன்...... தமிழ்நாட்டுக்கு" என்றான் முரளி.

ஒரு வாரத்திற்குப் பிறகு, "சிவன் வாங்க நம்ம வீட்டுக்குப் போலாம்" என்று பொய்யான முகத்துடன் கூறினார் முரளி.

....

"அங்க உங்க.... அங்க புது வாழ்க்கை கிடைக்கப்போது வாங்க."

அங்கிருந்து சென்னை வரைக்கும் காரிலேயே வந்து- விட்டார்கள். தன்னுடைய வீட்டை நோக்கி காரை ஓட்டிக் கொண்டிருந்தான் முரளி. வெளியே வேடிக்கை பார்த்துக் கொண்டிருந்தான் சிவன்.

"சார்..... சார் நிறுத்துங்க சார்."

"என்ன ஆச்சு."

உமா தூரத்தில் நடந்து கொண்டிருப்பதைப் பார்த்தான். "சார் என் வைஃப்" சார் என்று உமாவை கை காண்பித்- தான். முரளியின் முகம் மாறியது, எதுவும் பேசிக்கொள்ள- வில்லை.

"நீங்க காரிலேயே இருங்க, அவங்கள பார்த்து உங்க- ளைப் பத்தி பேசிட்டு வரேன்."

"இல்ல சார்."

"அப்ப என்ன பண்ணனும்ன்னு சொல்லுங்க" என்று கத்- தினான்.

இறங்கி உமாவை நோக்கிச் சென்றான். "மேடம், மேடம்" என்றான். உமா நடப்பதை நிறுத்தி திரும்பிப்பார்த்தாள். சிவன் பயத்தில் கண்களை மூடிக்கொண்டான். "மேடம் நான் முரளி, உங்க ஹஸ்பண்ட் சிவனுக்கு ஆக்சிடெண்ட் ஆகிக் கொஞ்ச நாள் என் கூடத் தான் இருந்தாரு இப்ப அவர்."

எங்கே உமாவிற்குத் தன்னை அடையாளம் தெரிந்து விடுமோ என்று பயந்தான். ஆனால் உமாவிற்கு முரளியை அவ்வளவாக ஞாபகம் இல்லை.

"வேண்டாம் சார் பிளீஸ் தயவு செஞ்சு வேண்டாம் நான் இப்பதான் திரும்பி நிம்மதியா இருக்கேன், தயவு செஞ்சு வேண்டாம்" என்று கூறி விட்டுத் திரும்பிப் பார்க்காமல் சென்றாள் உமா. சிவன் இதைக் காரிலிருந்து பார்த்துக்-கொண்டு இருந்தான்.

முரளிக்கு போன் அடித்தது, சட்டைப்பையிலிருந்து போன் 'ஐ' எடுத்தான்.

"ஹலோ."

"ஹலோ முரளி யா."

"ஆமா சார்."

"நான் B15 போலீஸ் ஸ்டேஷன்ல இருந்து பேசுறேன்."

"என்ன ஆச்சு சார்."

"உங்க கூட இருந்தான் இல்ல சிவன்னு..... ஒருத்தன் அவன் ஜேக்கப் ஹ அடிச்சி போட்டுட்டான் இல்ல முன்-னாடியே, அந்த ஆளு இப்ப செத்துட்டாரு."

"சார்..."

"உங்க வீட்ல அவனுக்கு இடம் கொடுத்து இருக்கீங்க, ஞாயமா பாத்தா உங்களையும் அர்ரெஸ்ட் பண்ணனும், என்ன தகவல் கிடைச்சாலும் சொல்லணும் புரியுதா."

"சரிங்க சார்." ஒரு நொடி என்ன செய்வதென்றே தெரி-யயவில்லை தலையில் கை வைத்துக் கொண்டான். சிவன் இதைக் காரில் இருந்து பார்த்து அச்சப்பட்டான் , காரை நோக்கி வேகமாக ஓடி வந்தான்.. சிவன் கதவைத் திறந்-

தான்.

"வெளிய வராதீங்க."

"சார், என்ன ஆச்சு சார் ஏன் ஒரு மாதிரி இருக்கீங்க உமா என்ன சொன்னா."

"ஜேக்கப் இறந்துட்டாரு."

"என்ன சார் சொல்றீங்க."

"போலீஸ் உங்க மேல கேஸ் பைல் பண்ணி இருக்காங்க, அவங்க தான் கால் பண்ணாங்க, உங்க வீட்ல பேசி நான் சமாதானம் பண்றேன், நீங்க வேற எங்கயாச்சும் போயிடுங்க, கேஸ் எல்லாம் முடிஞ்ச அளவுக்கு ஏதாவது பண்ணி சரி பண்ணப் பாக்கறேன்."

"சார், போச்சே...." என்று கத்தி அழ ஆரம்பித்தான்.

"எதுக்கும் கவலைப்படாதீங்க நான் இருக்கேன்."

சென்ட்ரல் ரயில் நிலையம் வந்தடைந்தார்கள் சிவனிடம் என்ன கூறுவது என்று அவனுக்குத் தெரியவில்லை. கையி-லிருந்த எல்லாப் பணத்தையும் எடுத்துக்கொடுத்தான் .

"பயப்படாதீங்க நான் இருக்கேன் நானே உங்கள கூப்பி-டுறேன் போன் எல்லாம் தூக்கி போட்டுடுங்க."
****

13 வருடங்கள் சென்றுவிட்டது. வட இந்தியாவில் ஒரு உணவகத்தில் சர்வராகப் பணி செய்து கொண்டிருந்தான் சிவன். பல வேலைகள், பல போராட்டங்கள் என்று அவனு-டைய இத்தனை வருடங்கள் சென்று விட்டது. ஆனால் அவன் இப்போதும் அங்கு இருக்கும் பூங்காவிற்குச் சென்று சிறுவர்கள் விளையாடுவதைப் பார்த்துக்கொண்டிருப்பான். பலநேரம் அது அவனை அவமானத்திற்குத் தான் உள்ளாக்-கியது.

ஒரு நாள், வாழ்க்கையை தொலைத்து விட்டோம் என்ற எண்ணத்தில் பூங்காவில் அமர்ந்து கொண்டு இருந்தான்.. ஒரு முதியவர் தன் பேத்தியுடன் விளையாடிக் கொண்டிருப்-பதைப் பார்த்தான் சிவன். இன்னும் எதையும் தொலைக்க-வில்லை என்பதை உணர்ந்தான்.

சட்டென்று அவன் தோள்களில் யாரோ தட்டினார்-கள்......... திரும்பினான்......... ஜேக்கப்.......

சிவனிற்கு வார்த்தைகள் இல்லை . "ஐயா" என்றான் சிவன். "ட்ரிங்க்ஸ் நிப்பாட்டி...." என்றான் ஜேக்கப்.

"நீங்க."

"நான் இங்கதான் வீடு புதுசா வாங்கி இருக்கேன், முரளி சார் எப்படி இருக்காரு?"

"அவரோட..."

"அவர்தான் பா நடக்குறதுக்குக் காரணம். எனக்காக அவ்வளவு பணம் செலவு பண்ணாரு, உனக்கு என்ன ஒரு மாதிரி இருக்க?"

"இல்ல நீங்க நல்லா இருக்கீங்களா?"

ஜேக்கப் இடமிருந்து முரளியின் அட்ரஸ் மற்றும் நம்பரை வாங்கிக்கொண்டான். சிவனால் இதைச் சற்றும் சகித்துக் கொள்ள முடியவில்லை. ஏன் அவர் இப்படிச் செய்தார் என்று யோசித்துக் கொண்டிருந்தான்.

....

முரளியின் வீட்டுக்கதவைத் தட்டினான் சிவன்.

"சார்." அந்தக் குரலை முரளியால் மறக்க முடிய-வில்லை. உள்ளே வந்தான் சிவன், பதற்றத்துடன் வெளியே வந்து பார்த்தார் முரளி.

"அப்பா யாருப்பா" என்று முரளியிடம் கேட்டான் நிர்-மல்...... வெளியே வந்து சிவனைப் பார்த்தான்.

"நீ உள்ள போ பா."

"ஏன் சார் என்ன ஆச்சு, நான் என்ன தப்பு பண்-ணேன்?" முரளியைக் கட்டிப்பிடித்துக்கொண்டு அழுதான் சிவன்.

"எதுவும் வேணும்னு பண்ணல, ப்ளீஸ் மன்னிச்சிடுங்க" என்று கண் கலங்கினான் முரளி.

உமா வீட்டுக் கேட்டை திறந்து உள்ளே வந்தாள். "யாரு?"

சிவன் திரும்பி உமாவைப் பார்த்தான்.

"நான் சொல்லி இருக்கேன் இல்ல ஆக்சிடென்ட்ல" என்-
றான் முரளி.

"சரி" என்று எதுவும் தெரியாதபடி உள்ளே சென்றாள்
உமா.

சிவன் மறுவாழ்வு மையத்திலிருந்து தப்பித்துச் சென்ற சில நாட்களுக்குப் பிறகு. ஒரு சாயங்கால நேரத்தில் மருத்துவ-மனை அருகே உள்ள பேருந்து நிலையத்தில் பேருந்துக்கா-கக் காத்துக்கொண்டிருந்த உமா. நோய்வாய்ப்பட்டு மெலிந்து போய்க் கிடந்தாள்...... சிதறிய கவனத்துடன் நிர்மலின் கையைக் கெட்டியாகப் பிடித்துக் கொண்டிருந்தாள்.

"அம்மா.... அம்மா......."

அதே சிகப்பு நிற கார் அவள் அருகே வந்து நின்றது, உள்ளே இருந்து உமாவைப் பார்த்தான் முரளி. பேசலாமா அல்லது பார்த்தும் பார்க்காமல் சென்று விடலாமா என்று யோசித்துக் கொண்டிருந்தான். நிர்மலை பார்த்தான்......... காரிலிருந்து இறங்கினான்......

"எப்படி இருக்கீங்க...... உங்க பையனா?" என்று பதட்டத்துடன் கேட்டான் முரளி.

உமா நிர்மலின் கையை விட்டால்...... அவன் அருகே இருக்கும் ஒரு பொம்மை கடையை நோக்கி ஓடினான்.

"உங்க பையன்" என்றாள்....... சில பொய்களைக் கூறினாள்.

சில வருடங்களுக்குப் பிறகு, வீட்டை காலி செய்யப் பொருட்களை எல்லாம் பறனையிலிருந்து எடுத்து வைத்துக் கொண்டிருந்தான் நிர்மல். ஒரு கண்ணாடி பிரேம் போட்டோ அவனுக்குக் கிடைத்தது. அது உமாவின் திருமணப் போட்டோ...... அதில் உமா......... சிவனும்......

நிர்மலுக்கு உண்மைகள் தெரியவந்தது........ போட்-டோவை எரித்தான்....

....

"அப்பா யாருப்பா?" என்று முரளியிடம் கேட்டான் நிர்மல்.

வெளியே வந்து சிவனைப் பார்த்தான்......

"நீ உள்ள போ வரேன்" என்றான் முரளி.

சிவனை ஒரு நொடி பார்த்து............. உள்ளே சென்றான் நிர்மல்.

உமா வீட்டுக் கேட்டை திறந்து உள்ளே வந்தாள். "யாரு?"

சிவன் திரும்பி உமாவைப் பார்த்தான்.

"நான் சொல்லி இருக்கேன் இல்ல ஆக்சிடென்ட்ல"என்-றான் முரளி.

"சரி" என்று எதுவும் தெரியாதபடி உள்ளே சென்றாள் உமா.